SÁCH NẤU ĂN CHIMICHURI TUYỆT VỜI

Từ cách nướng cổ điển đến cách nướng hiện đại, hãy khám phá tính linh hoạt của Chimichurri trong 100 công thức nấu ăn

Dung Trang

Tài liệu bản quyền ©2024

Đã đăng ký Bản quyền

Không phần nào của cuốn sách này được phép sử dụng hoặc truyền đi dưới bất kỳ hình thức nào hoặc bằng bất kỳ phương tiện nào mà không có sự đồng ý bằng văn bản thích hợp của nhà xuất bản và chủ sở hữu bản quyền, ngoại trừ những trích dẫn ngắn gọn được sử dụng trong bài đánh giá. Cuốn sách này không nên được coi là sự thay thế cho lời khuyên về y tế, pháp lý hoặc chuyên môn khác.

Mục Lục

MỤC LỤC..3
GIỚI THIỆU...7
SỐT CHIMICHURRI..9
1. CHIMICHURRI CỔ ĐIỂN..10
2. BÒ SỐT CHIMICHURRI...12
3. CHIMICHURRI VERDE..14
4. CHIMICHURRI HUNGARY..16
5. MARADONA CHIMICHURRI...18
6. CAM QUÝT CHIMICHURRI...20
7. CHIPOTLE KHÓI CHIMICHURRI..22
8. CHANH MẬT ONG CHIMICHURRI..24
9. BƠ CHIMICHURRI...26
10. XOÀI HABANERO CHIMICHURRI...28
11. CHIMICHURRI ỚT ĐỎ NƯỚNG...30
12. DỨA BẠC HÀ CHIMICHURRI..32
13. CÀ CHUA HÚNG QUẾ CHIMICHURRI..34
14. XOÀI BẠC HÀ CHIMICHURRI...36
15. HẠT THÔNG CHIMICHURRI...38
16. CHIMICHURRI TỎI NƯỚNG...40
17. CHANH THÌ LÀ CHIMICHURRI..42
18. NGÒ CHANH CHIMICHURRI...44
19. PESTO CHIMICHURRI...46
20. MÈ GỪNG CHIMICHURRI...48
21. CÀ CHUA KHÔ CHIMICHURRI...50
22. JALAPEÑO CILANTRO CHIMICHURRI.......................................52
23. CHIMICHURRI THÁI HÚNG QUẾ...54
24. CHIMICHURRI Ô LIU ĐỊA TRUNG HẢI.....................................56
25. MÂM XÔI BẠC HÀ CHIMICHURRI..58
26. CHIMICHURRI XOÀI CAY..60
27. ĐẬU ĐEN CHIMICHURRI...62
28. CHIMICHURRI NGÔ NƯỚNG...64
29. TRANG TRẠI CHIMICHURRI..66
30. CÀ RI DỪA CHIMICHURRI...68

31. MẬT ONG SRIRACHA CHIMICHURRI..................................70
32. CÀ CHUA KHÔ ĐỊA TRUNG HẢI CHIMICHURRI.................72
33. MÈ NGÒ CHIMICHURRI...74
CHIMICHURRI VÀ HẢI SẢN..76
34. TÔM SỐT CHIMICHURRI..77
35. CÁ HỒI CHIMICHURRI..79
36. CÁ TUYẾT NƯỚNG CHIMICHURRI..81
37. TÔM CHIMICHURRI SCAMPI...83
38. TÔM BƠ TỎI CHIMICHURRI..86
39. SÒ ĐIỆP NƯỚNG CHIMICHURRI...88
40. CƠM LỨT VỚI CÁ SÁU VÀ CHIMICHURRI............................90
41. CÁ BƠN NƯỚNG CHIMICHURRI..93
42. TÔM DỪA CHIMICHURRI..95
43. CÁ TUYẾT LUỘC CHIMICHURRI...98
44. CHIMICHURRI MAHI MAHI TACOS.......................................100
45. BÁNH CUA CHIMICHURRI..103
46. TACOS CÁ NƯỚNG CHIMICHURRI.......................................106
47. CÁ KIẾM NƯỚNG CHIMICHURRI..108
48. SÒ ĐIỆP NƯỚNG CHIMICHURRI..110
49. ĐUÔI TÔM HÙM NƯỚNG CHIMICHURRI............................112
50. CÁ HỒI NƯỚNG CHIMICHURRI...114
51. MỰC NƯỚNG CHIMICHURRI...116
52. CHIMICHURRI MAHI MAHI NƯỚNG.....................................118
53. BÍT TẾT CÁ NGỪ NƯỚNG CHIMICHURRI...........................120
CHIMICHURRI VÀ SALAD..122
54. SÚP CHIMICHURRI..123
55. SALAD CHIMICHURRI THỊT LỢN...125
56. SALAD KHOAI TÂY CHIMICHURRI..127
57. SALAD QUINOA CHIMICHURRI...129
58. SALAD NGÔ CHIMICHURRI..132
59. SALAD BƠ CHIMICHURRI...135
60. SALAD MÌ CHIMICHURRI..137
61. SALAD ĐẬU ĐEN CHIMICHURRI...139
62. SALAD DƯA CHUỘT CHIMICHURRI.....................................141
63. KHOAI TÂY NƯỚNG CHIMICHURRI.....................................144
CHIMICHURRI VÀ GIA CẦM..147

64. MÓN GÀ CHIMICHURRI VỚI KHOAI LANG..................148
65. GÀ NƯỚNG CHỦ NHẬT SỐT CHIMICHURRI..................151
66. BÁT GÀ CHIMICHURRI..................154
67. ỨC GÀ CHIMICHURRI..................157
68. THỊT VIÊN THỔ NHĨ KỲ CHIMICHURRI..................159
69. GÀ XIÊN NƯỚNG CHIMICHURRI..................162
70. ỨC GÀ NHỒI CHIMICHURRI..................164
CHIMICHURRI VÀ THỊT..................167
71. ĐĨA RAU NƯỚNG CHIMICHURRI..................168
72. THỊT ỨC NƯỚNG SỐT CHIMICHURRI..................170
73. BÍT TẾT NƯỚNG CHANH LEO CHIMICHURRI..................172
74. BÁT TACO THỊT CỪU VÀ SÚP LƠ NƯỚNG VỚI CHIMICHURRI...174
75. BÍT TẾT NƯỚNG CHIMICHURRI..................177
76. SƯỜN LỢN NƯỚNG CHIMICHURRI..................179
77. SƯỜN CỪU NƯỚNG CHIMICHURRI..................181
78. MẮT SƯỜN CHIMICHURRI CALIFORNIA..................183
CHIMICHURRI VÀ RAU CỦ..................186
79. RAU CỦ NƯỚNG CHIMICHURRI..................187
80. PIZZA RỪNG VI XANH NHẸ..................190
81. SALAD RAU CỦ NƯỚNG CHIMICHURRI..................193
82. ĐẬU HỦ NƯỚNG CHIMICHURRI..................195
83. RAU XIÊN NƯỚNG CHIMICHURRI..................197
84. NẤM PORTOBELLO NƯỚNG CHIMICHURRI..................199
85. ỚT CHUÔNG NHỒI CHIMICHURRI..................201
86. THUYỀN BÍ NGÒI NHỒI CHIMICHURRI..................204
87. BÍT TẾT SÚP LƠ CHIMICHURRI..................207
88. MĂNG TÂY NƯỚNG CHIMICHURRI..................209
89. CHIMICHURRI RAU MẦM BRUSSELS NƯỚNG..................211
90. BÁNH CUỐN CHAY CHIMICHURRI..................213
91. CHIMICHURRI NGÔ NƯỚNG LÕI NGÔ..................216
92. CHIMICHURRI RATATOUILLE..................218
SÚP CHIMICHURRI..................221
93. SÚP GÀ CHIMICHURRI..................222
94. SÚP ĐẬU ĐEN CHIMICHURRI..................225
95. SÚP ĐẬU LĂNG CHIMICHURRI..................228
96. SÚP CÀ CHUA CHIMICHURRI..................231

97. SÚP RAU CHIMICHURRI...234
98. SÚP KHOAI TÂY CHIMICHURRI.......................................237
99. SÚP NGÔ CHIMICHURRI..240
100. SÚP BÍ ĐỎ CHIMICHURRI...243
PHẦN KẾT LUẬN..246

GIỚI THIỆU

Chào mừng bạn đến với "Sách dạy nấu ăn Chimichurri đỉnh cao", hộ chiếu để bạn khám phá thế giới sôi động và linh hoạt của nước sốt chimichurri. Có nguồn gốc từ Argentina, chimichurri là một loại gia vị có hương vị thảo mộc đã trở thành món ăn không thể thiếu trong các nhà bếp trên toàn cầu. Trong cuốn sách nấu ăn toàn diện này, chúng tôi mời bạn khám phá những khả năng vô tận của chimichurri, từ cách nướng cổ điển truyền thống đến những cách chế biến hiện đại đầy sáng tạo.

Nước sốt Chimichurri là một tuyệt tác ẩm thực, được biết đến với hương vị tươi sáng, các loại thảo mộc thơm và hương vị nồng nàn. Mặc dù nó thường được kết hợp với các loại thịt nướng nhưng tính linh hoạt của chimichurri là không có giới hạn. Trong cuốn sách này, bạn sẽ học cách sử dụng chimichurri để nâng tầm nhiều món ăn, từ hải sản và rau củ đến mì ống và bánh mì sandwich.

Cho dù bạn là một đầu bếp dày dặn kinh nghiệm hay một người nấu ăn tại nhà đang muốn tăng thêm sự hứng thú cho bữa ăn của mình thì "Cuốn sách dạy nấu ăn Chimichurri đỉnh cao" đều có thứ gì đó dành cho tất cả mọi người. Với hơn 100 công thức nấu ăn được tuyển chọn tỉ mỉ để giới thiệu các ứng dụng đa dạng của chimichurri, bạn sẽ bắt tay vào hành trình ẩm thực tôn vinh sự sáng tạo, hương vị và sự khám phá.

Hãy tham gia cùng chúng tôi khi chúng tôi đi sâu vào thế giới chimichurri, khám phá lịch sử phong phú, ý nghĩa văn hóa và tiềm năng ẩm thực của nó. Với các công thức nấu ăn dễ thực hiện, các mẹo hữu ích và hình ảnh tuyệt đẹp hướng dẫn bạn trong quá trình thực hiện, cuốn sách nấu ăn này là nguồn tài liệu chính xác để bạn nắm vững nghệ thuật chimichurri và kết hợp nó vào các tiết mục nấu ăn hàng ngày của bạn.

Vì vậy, hãy thu thập nguyên liệu, mài dao và chuẩn bị thưởng thức hương vị sống động của chimichurri trong nhà bếp của bạn. Cho dù bạn đang nướng một bữa tiệc ở sân sau hay chuẩn bị một bữa tối nhanh chóng vào cuối tuần, "Sách dạy nấu ăn Chimichurri tối thượng" là hướng dẫn cần thiết để bạn trải nghiệm sự kỳ diệu của loại nước sốt mang tính biểu tượng này trong từng miếng ăn.

SỐT CHIMICHURRI

1. Chimichurri cổ điển

THÀNH PHẦN:
- 1 chén lá mùi tây tươi, xắt nhỏ
- 1/4 chén lá ngò tươi, xắt nhỏ
- 3 tép tỏi, băm nhỏ
- 1/2 chén dầu ô liu
- 2 muỗng canh giấm rượu vang đỏ
- 1 thìa cà phê lá oregano khô
- 1/2 muỗng cà phê ớt đỏ
- Muối và hạt tiêu đen cho vừa ăn

HƯỚNG DẪN:
a) Trong một bát, trộn rau mùi tây, ngò, tỏi, dầu ô liu, giấm rượu vang đỏ, lá oregano khô, ớt đỏ, muối và tiêu đen.
b) Khuấy đều để kết hợp.
c) Để chimichurri ngồi ít nhất 30 phút trước khi dùng để cho hương vị hòa quyện.
d) Bảo quản thức ăn thừa trong hộp kín trong tủ lạnh.

2. bò sốt Chimichurri

THÀNH PHẦN:
- 1 chén mùi tây tươi đóng gói nhẹ
- $\frac{1}{4}$ chén giấm rượu vang đỏ hữu cơ
- 2 tép tỏi lớn
- $\frac{1}{4}$ chén dầu ô liu nguyên chất
- 1 muỗng cà phê húng tây khô
- $\frac{1}{2}$ thìa muối
- $\frac{1}{4}$ thìa cà phê ớt đỏ
- $\frac{1}{8}$ thìa cà phê tiêu đen mới xay
- $\frac{1}{4}$ chén nước luộc xương bò
- $\frac{1}{4}$ quả bơ chín

HƯỚNG DẪN:

a) Cho tất cả nguyên liệu vào máy xay thực phẩm, xay trong khoảng 30 giây hoặc cho đến khi tất cả nguyên liệu quyện đều. Nếu nó quá mỏng theo ý thích của bạn, hãy thêm bơ. Nếu đặc quá thì cho thêm nước luộc xương bò.

b) Đổ nước sốt chimichurri vào lọ thủy tinh nặng 8 ounce. Đậy nắp và bảo quản trong tủ lạnh tối đa 2 tuần.

3. Chimichurri Verde

THÀNH PHẦN:
- 2 chén mùi tây mới cắt nhỏ
- 1 chén rau mùi mới cắt nhỏ
- 2 củ hành lá, cả phần trắng và xanh, cắt nhỏ
- 4 tép tỏi, băm nhỏ
- 1 quả ớt đỏ tươi (chẳng hạn như cayenne hoặc tabasco), bỏ cuống và cắt nhỏ
- $1\frac{1}{2}$ muỗng cà phê muối không iốt
- $\frac{1}{4}$ chén giấm rượu vang đỏ
- $\frac{1}{4}$ chén dầu ô liu, để phục vụ

HƯỚNG DẪN:
a) Trong một tô trộn, trộn rau mùi tây, ngò, hành lá, tỏi và ớt đỏ. Rắc muối. Dùng tay xoa muối vào rau. Để yên trong 10 phút để nước muối hình thành.

b) Sau khi nước muối tự nhiên đã chảy ra, hãy đóng gói hỗn hợp và nước muối vào lọ sạch. Nhấn hỗn hợp xuống cho đến khi nước muối bao phủ rau.

c) Đặt vỏ hộp, nếu sử dụng thì vặn chặt nắp và bảo quản lọ ở nhiệt độ phòng, tránh ánh nắng trực tiếp để lên men trong 5 ngày. Ợ bình hàng ngày.

d) Sau khi quá trình lên men hoàn tất, kết hợp men và giấm rượu vang đỏ trong máy xay sinh tố hoặc máy chế biến thực phẩm. Trộn cho đến khi kết hợp tốt.

e) Bảo quản chimichurri trong tủ lạnh tối đa 3 tháng.

f) Khi sẵn sàng phục vụ, thêm 1 thìa dầu ô liu vào mỗi $\frac{1}{4}$ cốc chimichurri.

4. Chimichurri Hungary

THÀNH PHẦN:
- 2/3 chén mùi tây lá phẳng xắt nhỏ
- 1/3 chén tỏi băm nhỏ
- 1/2 chén dầu thực vật
- 1/4 chén giấm táo
- 1 thìa cà phê muối thô
- 1 thìa cà phê tiêu đen mới xay
- 1 thìa cà phê ớt cayenne
- 3 thìa ớt bột
- 1 muỗng canh lá oregano khô
- 1 1/2 muỗng canh giấm balsamic

HƯỚNG DẪN:
a) Kết hợp tất cả các thành phần trong một cái lọ.
b) Lắc cho đến khi kết hợp tốt.
c) Dùng làm gia vị cho các món nướng.
d) Tốt nhất nên làm trước vài ngày và để trong tủ lạnh cho đến khi cần.
e) Thưởng thức món chimichurri Hungary đầy hương vị của bạn với thịt nướng!

5. Maradona Chimichurri

THÀNH PHẦN:

- 1 củ hành tây, xắt nhỏ
- 1 quả ớt xanh, bỏ hạt và xắt nhỏ
- 1 quả cà chua, xắt nhỏ
- 2 muỗng canh lá mùi tây tươi
- 2 tép tỏi, băm nhỏ
- 5 muỗng canh giấm rượu trắng
- 2 muỗng canh dầu ô liu
- Muối và hạt tiêu đen mới xay

HƯỚNG DẪN:

a) Cho hành tây, ớt xanh, cà chua, rau mùi tây và tỏi vào máy xay hoặc máy xay thực phẩm và xay cho đến khi thái nhỏ.

b) Thêm giấm và dầu, đánh lại và nêm muối và hạt tiêu đen mới xay cho vừa ăn.

c) Trước khi phục vụ, thư giãn trong một giờ hoặc lâu hơn.

d) Hãy thưởng thức Maradona Chimichurri của bạn như một món gia vị đầy hương vị!

6. Cam quýt Chimichurri

THÀNH PHẦN:
- 1 chén lá ngò tươi
- 1 chén lá mùi tây tươi
- Vỏ và nước ép của 1 quả cam
- Vỏ và nước cốt của 1 quả chanh
- 3 tép tỏi, băm nhỏ
- 1/4 chén giấm rượu vang đỏ
- 1/2 chén dầu ô liu
- Muối và hạt tiêu cho vừa ăn

HƯỚNG DẪN:
a) Trong máy xay thực phẩm, trộn ngò, mùi tây, vỏ cam, vỏ chanh, tỏi và giấm rượu vang đỏ. Xung cho đến khi cắt nhỏ.

b) Khi bộ xử lý đang chạy, từ từ đổ dầu ô liu vào cho đến khi hỗn hợp được nhũ hóa.

c) Nêm muối và hạt tiêu cho vừa ăn.

d) Phục vụ ngay lập tức hoặc làm lạnh cho đến khi sẵn sàng sử dụng.

7. Chipotle khói Chimichurri

THÀNH PHẦN:
- 1 chén lá mùi tây tươi
- 1/2 chén lá ngò tươi
- 2 quả ớt chipotle sốt adobo
- 3 tép tỏi, băm nhỏ
- 1/4 chén giấm rượu vang đỏ
- 1/2 chén dầu ô liu
- 1 muỗng cà phê ớt bột xông khói
- Muối và hạt tiêu cho vừa ăn

HƯỚNG DẪN:
a) Trong máy xay sinh tố hoặc máy chế biến thực phẩm, kết hợp rau mùi tây, ngò, ớt chipotle, tỏi, giấm rượu vang đỏ, dầu ô liu và ớt bột xông khói. Xay đến khi mịn.
b) Nêm muối và hạt tiêu cho vừa ăn.
c) Phục vụ ngay lập tức hoặc làm lạnh cho đến khi sẵn sàng sử dụng.

8. chanh mật ong Chimichurri

THÀNH PHẦN:
- 1 chén lá ngò tươi
- 1 chén lá mùi tây tươi
- Vỏ và nước cốt của 1 quả chanh
- 2 thìa mật ong
- 3 tép tỏi, băm nhỏ
- 1/4 chén giấm rượu vang đỏ
- 1/2 chén dầu ô liu
- Muối và hạt tiêu cho vừa ăn

HƯỚNG DẪN:
a) Trong máy xay sinh tố hoặc máy chế biến thực phẩm, kết hợp ngò, mùi tây, vỏ chanh, nước cốt chanh, mật ong, tỏi và giấm rượu vang đỏ. Xay đến khi mịn.

b) Khi bộ xử lý đang chạy, từ từ đổ dầu ô liu vào cho đến khi hỗn hợp được nhũ hóa.

c) Nêm muối và hạt tiêu cho vừa ăn.

d) Phục vụ ngay lập tức hoặc làm lạnh cho đến khi sẵn sàng sử dụng.

9. Bơ Chimichurri

THÀNH PHẦN:
- 1 quả bơ chín, gọt vỏ và bỏ hột
- 1 chén lá mùi tây tươi
- 1/2 chén lá ngò tươi
- 3 tép tỏi, băm nhỏ
- 1/4 chén giấm rượu vang đỏ
- 1/2 chén dầu ô liu
- Muối và hạt tiêu cho vừa ăn

HƯỚNG DẪN:
e) Trong máy xay sinh tố hoặc máy chế biến thực phẩm, kết hợp bơ, rau mùi tây, ngò, tỏi, giấm rượu vang đỏ và dầu ô liu. Xay đến khi mịn.

f) Nêm muối và hạt tiêu cho vừa ăn.

g) Phục vụ ngay lập tức hoặc làm lạnh cho đến khi sẵn sàng sử dụng.

10. Xoài Habanero Chimichurri

THÀNH PHẦN:
- 1 chén lá ngò tươi
- 1 chén lá mùi tây tươi
- 1 quả xoài chín, gọt vỏ và thái hạt lựu
- 1 hạt tiêu habanero, bỏ hạt và băm nhỏ
- 3 tép tỏi, băm nhỏ
- 1/4 cốc nước cốt chanh
- 1/4 chén giấm rượu vang đỏ
- 1/2 chén dầu ô liu
- Muối và hạt tiêu cho vừa ăn

HƯỚNG DẪN:
a) Trong máy xay sinh tố hoặc máy chế biến thực phẩm, kết hợp ngò, rau mùi tây, xoài thái hạt lựu, ớt habanero băm, tỏi, nước cốt chanh và giấm rượu vang đỏ. Xay đến khi mịn.

b) Khi bộ xử lý đang chạy, từ từ đổ dầu ô liu vào cho đến khi hỗn hợp được nhũ hóa.

c) Nêm muối và hạt tiêu cho vừa ăn.

d) Phục vụ ngay lập tức hoặc làm lạnh cho đến khi sẵn sàng sử dụng.

11. Chimichurri ớt đỏ nướng

THÀNH PHẦN:
- 1 chén lá mùi tây tươi
- 1 chén lá ngò tươi
- 1 quả ớt đỏ nướng, gọt vỏ, bỏ hạt và cắt nhỏ
- 3 tép tỏi, băm nhỏ
- 1/4 chén giấm rượu vang đỏ
- 1/2 chén dầu ô liu
- Muối và hạt tiêu cho vừa ăn

HƯỚNG DẪN:
a) Trong máy xay sinh tố hoặc máy chế biến thực phẩm, kết hợp rau mùi tây, ngò, ớt đỏ rang, tỏi và giấm rượu vang đỏ. Xay đến khi mịn.

b) Khi bộ xử lý đang chạy, từ từ đổ dầu ô liu vào cho đến khi hỗn hợp được nhũ hóa.

c) Nêm muối và hạt tiêu cho vừa ăn.

d) Phục vụ ngay lập tức hoặc làm lạnh cho đến khi sẵn sàng sử dụng.

12. Dứa Bạc Hà Chimichurri

THÀNH PHẦN:
- 1 chén lá bạc hà tươi
- 1 chén lá mùi tây tươi
- 1 chén lá ngò tươi
- 1 cốc dứa thái hạt lựu
- 3 tép tỏi, băm nhỏ
- 1/4 cốc nước cốt chanh
- 1/4 chén giấm rượu vang đỏ
- 1/2 chén dầu ô liu
- Muối và hạt tiêu cho vừa ăn

HƯỚNG DẪN:
a) Trong máy xay sinh tố hoặc máy chế biến thực phẩm, trộn bạc hà, rau mùi tây, ngò, dứa thái hạt lựu, tỏi, nước cốt chanh và giấm rượu vang đỏ. Xay đến khi mịn.
b) Khi bộ xử lý đang chạy, từ từ đổ dầu ô liu vào cho đến khi hỗn hợp được nhũ hóa.
c) Nêm muối và hạt tiêu cho vừa ăn.
d) Phục vụ ngay lập tức hoặc làm lạnh cho đến khi sẵn sàng sử dụng.

13. Cà chua húng quế Chimichurri

THÀNH PHẦN:

- 1 chén lá húng quế tươi
- 1 chén lá mùi tây tươi
- 1 quả cà chua, thái hạt lựu
- 3 tép tỏi, băm nhỏ
- 1/4 chén giấm balsamic
- 1/2 chén dầu ô liu
- Muối và hạt tiêu cho vừa ăn

HƯỚNG DẪN:

a) Trong máy xay sinh tố hoặc máy chế biến thực phẩm, kết hợp húng quế, rau mùi tây, cà chua thái hạt lựu, tỏi, giấm balsamic và dầu ô liu. Xay đến khi mịn.

b) Nêm muối và hạt tiêu cho vừa ăn.

c) Phục vụ ngay lập tức hoặc làm lạnh cho đến khi sẵn sàng sử dụng.

14. Xoài Bạc Hà Chimichurri

THÀNH PHẦN:
- 1 chén lá bạc hà tươi
- 1 chén lá ngò tươi
- 1 quả xoài chín, gọt vỏ và thái hạt lựu
- 3 tép tỏi, băm nhỏ
- 1/4 cốc nước cốt chanh
- 1/4 chén giấm rượu vang đỏ
- 1/2 chén dầu ô liu
- Muối và hạt tiêu cho vừa ăn

HƯỚNG DẪN:
a) Trong máy xay sinh tố hoặc máy chế biến thực phẩm, trộn bạc hà, ngò, xoài thái hạt lựu, tỏi, nước cốt chanh và giấm rượu vang đỏ.
b) Xay đến khi mịn.
c) Khi bộ xử lý đang chạy, từ từ đổ dầu ô liu vào cho đến khi hỗn hợp được nhũ hóa.
d) Nêm muối và hạt tiêu cho vừa ăn.
e) Phục vụ ngay lập tức hoặc làm lạnh cho đến khi sẵn sàng sử dụng.

15. Hạt thông Chimichurri

THÀNH PHẦN:
- 1 chén lá mùi tây tươi
- 1 chén lá húng quế tươi
- 1/4 chén hạt thông
- 3 tép tỏi, băm nhỏ
- 1/4 chén giấm rượu vang đỏ
- 1/2 chén dầu ô liu
- Muối và hạt tiêu cho vừa ăn

HƯỚNG DẪN:

a) Trong máy xay sinh tố hoặc máy chế biến thực phẩm, kết hợp rau mùi tây, húng quế, hạt thông, tỏi và giấm rượu vang đỏ.

b) Xay đến khi mịn.

c) Khi bộ xử lý đang chạy, từ từ đổ dầu ô liu vào cho đến khi hỗn hợp được nhũ hóa.

d) Nêm muối và hạt tiêu cho vừa ăn.

e) Phục vụ ngay lập tức hoặc làm lạnh cho đến khi sẵn sàng sử dụng.

16. Chimichurri tỏi nướng

THÀNH PHẦN:
- 1 chén lá mùi tây tươi
- 1 chén lá ngò tươi
- 1 đầu tỏi, rang
- 1/4 chén giấm rượu vang đỏ
- 1/2 chén dầu ô liu
- Muối và hạt tiêu cho vừa ăn

HƯỚNG DẪN:
a) Nướng đầu tỏi bằng cách cắt bỏ phần trên để lộ tép, rưới dầu ô liu rồi bọc trong giấy bạc. Nướng trong lò làm nóng trước ở nhiệt độ 400°F (200°C) trong khoảng 30-40 phút cho đến khi mềm và có màu caramen.
b) Bóp các tép tỏi nướng ra khỏi vỏ.
c) Trong máy xay sinh tố hoặc máy chế biến thực phẩm, kết hợp rau mùi tây, ngò, tép tỏi nướng và giấm rượu vang đỏ.
d) Xay đến khi mịn.
e) Khi bộ xử lý đang chạy, từ từ đổ dầu ô liu vào cho đến khi hỗn hợp được nhũ hóa.
f) Nêm muối và hạt tiêu cho vừa ăn.
g) Phục vụ ngay lập tức hoặc làm lạnh cho đến khi sẵn sàng sử dụng.

17. chanh thì là Chimichurri

THÀNH PHẦN:
- 1 chén lá thì là tươi
- 1 chén lá mùi tây tươi
- Vỏ và nước cốt của 1 quả chanh
- 3 tép tỏi, băm nhỏ
- 1/4 chén giấm rượu trắng
- 1/2 chén dầu ô liu
- Muối và hạt tiêu cho vừa ăn

HƯỚNG DẪN:
a) Trong máy xay sinh tố hoặc máy chế biến thực phẩm, kết hợp thì là, rau mùi tây, vỏ chanh, nước cốt chanh, tỏi và giấm rượu trắng.
b) Xay đến khi mịn.
c) Khi bộ xử lý đang chạy, từ từ đổ dầu ô liu vào cho đến khi hỗn hợp được nhũ hóa.
d) Nêm muối và hạt tiêu cho vừa ăn.
e) Phục vụ ngay lập tức hoặc làm lạnh cho đến khi sẵn sàng sử dụng.

18. Ngò chanh Chimichurri

THÀNH PHẦN:
- 1 chén lá ngò tươi
- 1 chén lá mùi tây tươi
- Vỏ và nước cốt của 2 quả chanh
- 3 tép tỏi, băm nhỏ
- 1/4 chén giấm rượu vang đỏ
- 1/2 chén dầu ô liu
- Muối và hạt tiêu cho vừa ăn

HƯỚNG DẪN:
a) Trong máy xay sinh tố hoặc máy chế biến thực phẩm, kết hợp ngò, rau mùi tây, vỏ chanh, nước cốt chanh, tỏi và giấm rượu vang đỏ.

b) Xay đến khi mịn.

c) Khi bộ xử lý đang chạy, từ từ đổ dầu ô liu vào cho đến khi hỗn hợp được nhũ hóa.

d) Nêm muối và hạt tiêu cho vừa ăn.

e) Phục vụ ngay lập tức hoặc làm lạnh cho đến khi sẵn sàng sử dụng.

19. Pesto chimichurri

THÀNH PHẦN:
- 1 chén lá húng quế tươi
- 1 chén lá mùi tây tươi
- 1/4 chén hạt thông
- 3 tép tỏi, băm nhỏ
- 1/4 chén giấm rượu vang đỏ
- 1/2 chén dầu ô liu
- Muối và hạt tiêu cho vừa ăn

HƯỚNG DẪN:
a) Trong máy xay sinh tố hoặc máy chế biến thực phẩm, kết hợp húng quế, rau mùi tây, hạt thông, tỏi và giấm rượu vang đỏ.
b) Xay đến khi mịn.
c) Khi bộ xử lý đang chạy, từ từ đổ dầu ô liu vào cho đến khi hỗn hợp được nhũ hóa.
d) Nêm muối và hạt tiêu cho vừa ăn.
e) Phục vụ ngay lập tức hoặc làm lạnh cho đến khi sẵn sàng sử dụng.

20. Mè Gừng Chimichurri

THÀNH PHẦN:
- 1 chén lá ngò tươi
- 1 chén lá mùi tây tươi
- 2 muỗng canh dầu mè
- 2 muỗng canh nước tương
- 2 muỗng canh giấm gạo
- 1 thìa mật ong
- 1 muỗng canh gừng băm
- 3 tép tỏi, băm nhỏ
- 1/4 chén dầu ô liu
- Muối và hạt tiêu cho vừa ăn

HƯỚNG DẪN:
a) Trong máy xay sinh tố hoặc máy chế biến thực phẩm, trộn ngò, rau mùi tây, dầu mè, nước tương, giấm gạo, mật ong, gừng và tỏi.

b) Xay đến khi mịn.

c) Khi bộ xử lý đang chạy, từ từ đổ dầu ô liu vào cho đến khi hỗn hợp được nhũ hóa.

d) Nêm muối và hạt tiêu cho vừa ăn.

e) Phục vụ ngay lập tức hoặc làm lạnh cho đến khi sẵn sàng sử dụng.

21. Cà chua khô Chimichurri

THÀNH PHẦN:
- 1 chén lá mùi tây tươi
- 1 chén lá ngò tươi
- 1/4 cốc cà chua phơi nắng (đóng gói trong dầu), để ráo nước
- 3 tép tỏi, băm nhỏ
- 1/4 chén giấm rượu vang đỏ
- 1/2 chén dầu ô liu
- Muối và hạt tiêu cho vừa ăn

HƯỚNG DẪN:
a) Trong máy xay sinh tố hoặc máy chế biến thực phẩm, kết hợp rau mùi tây, ngò, cà chua khô, tỏi và giấm rượu vang đỏ.
b) Xay đến khi mịn.
c) Khi bộ xử lý đang chạy, từ từ đổ dầu ô liu vào cho đến khi hỗn hợp được nhũ hóa.
d) Nêm muối và hạt tiêu cho vừa ăn.
e) Phục vụ ngay lập tức hoặc làm lạnh cho đến khi sẵn sàng sử dụng.

22. Jalapeño Cilantro Chimichurri

THÀNH PHẦN:
- 1 chén lá ngò tươi
- 1/4 chén lá mùi tây tươi
- 1 jalapeño, gieo hạt và cắt nhỏ
- 3 tép tỏi, băm nhỏ
- 1/4 chén giấm rượu vang đỏ
- 1/2 chén dầu ô liu
- Muối và hạt tiêu cho vừa ăn

HƯỚNG DẪN:
a) Trong máy xay thực phẩm, kết hợp ngò, mùi tây, ớt jalapeño và tỏi.
b) Xung cho đến khi cắt nhỏ. Thêm giấm và dầu ô liu, sau đó xay cho đến khi kết hợp tốt.
c) Nêm muối và hạt tiêu cho vừa ăn.
d) Phục vụ ngay lập tức hoặc làm lạnh cho đến khi sẵn sàng sử dụng.

23. Chimichurri Thái húng quế

THÀNH PHẦN:
- 1 chén lá húng quế Thái
- 1/4 chén lá ngò tươi
- 2 tép tỏi, băm nhỏ
- 1/4 cốc nước cốt chanh
- 1/4 chén nước mắm
- 2 thìa mật ong
- 1/4 chén dầu ô liu
- Mảnh ớt đỏ để nếm thử

HƯỚNG DẪN:
a) Trong máy xay sinh tố hoặc máy chế biến thực phẩm, kết hợp húng quế Thái, ngò, tỏi, nước cốt chanh, nước mắm, mật ong và dầu ô liu. Xay đến khi mịn.

b) Thêm mảnh ớt đỏ để nếm cho nóng. Điều chỉnh gia vị nếu cần thiết. Dùng ngay hoặc bảo quản trong tủ lạnh.

24. Chimichurri ô liu Địa Trung Hải

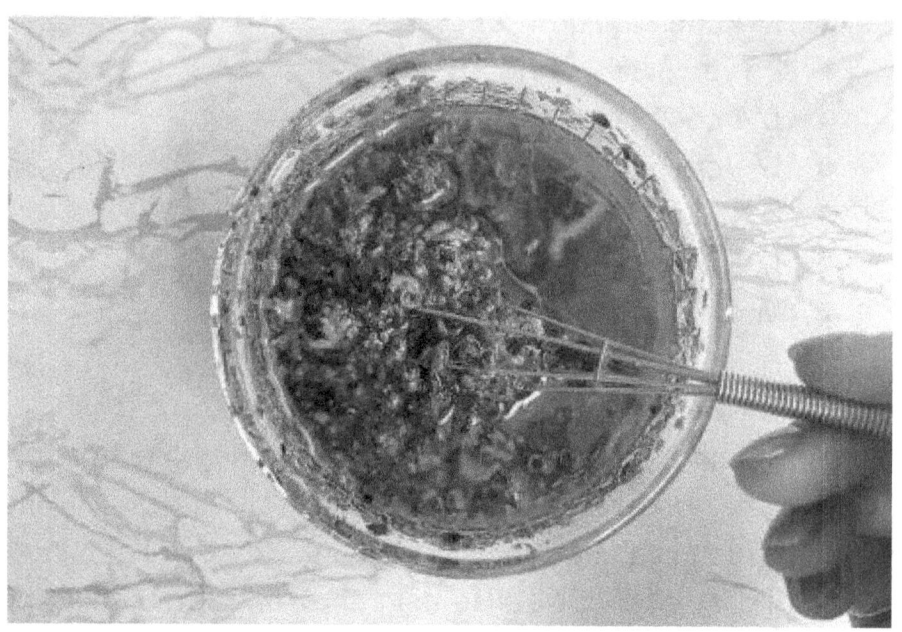

THÀNH PHẦN:
- 1 cốc ô liu xanh bỏ hột
- 1/4 chén lá mùi tây tươi
- 2 muỗng canh nụ bạch hoa
- 2 tép tỏi, băm nhỏ
- Vỏ và nước cốt của 1 quả chanh
- 1/4 chén dầu ô liu
- Muối và hạt tiêu cho vừa ăn

HƯỚNG DẪN:
a) Trong máy xay thực phẩm, trộn ô liu, mùi tây, nụ bạch hoa, tỏi, vỏ chanh và nước cốt chanh. Xung cho đến khi cắt nhỏ.

b) Dần dần thêm dầu ô liu trong khi xay cho đến khi đạt được độ đặc mong muốn. Nêm muối và hạt tiêu cho vừa ăn.

c) Phục vụ ngay lập tức hoặc làm lạnh cho đến khi sẵn sàng sử dụng.

25. Mâm xôi bạc hà Chimichurri

THÀNH PHẦN:
- 1 cốc quả mâm xôi tươi
- 1/4 chén lá bạc hà tươi
- 2 muỗng canh giấm rượu vang đỏ
- 2 thìa mật ong
- 1/4 chén dầu ô liu
- Muối và hạt tiêu cho vừa ăn

HƯỚNG DẪN:
a) Trong máy xay sinh tố hoặc máy chế biến thực phẩm, kết hợp quả mâm xôi, lá bạc hà, giấm rượu vang đỏ và mật ong. Xay đến khi mịn.

b) Dần dần thêm dầu ô liu trong khi trộn cho đến khi kết hợp tốt. Nêm muối và hạt tiêu cho vừa ăn.

c) Phục vụ ngay lập tức hoặc làm lạnh cho đến khi sẵn sàng sử dụng.

26.Chimichurri xoài cay

THÀNH PHẦN:
- 1 quả xoài chín, gọt vỏ và thái hạt lựu
- 1/4 chén lá ngò tươi
- 1 jalapeño, gieo hạt và cắt nhỏ
- 2 tép tỏi, băm nhỏ
- Nước ép 1 quả chanh
- 1/4 chén dầu ô liu
- Muối và hạt tiêu cho vừa ăn

HƯỚNG DẪN:
a) Trong máy xay sinh tố hoặc máy chế biến thực phẩm, kết hợp xoài, ngò, ớt jalapeño, tỏi và nước cốt chanh. Xay đến khi mịn.

b) Dần dần thêm dầu ô liu trong khi trộn cho đến khi đạt được độ đặc mong muốn. Nêm muối và hạt tiêu cho vừa ăn.

c) Phục vụ ngay lập tức hoặc làm lạnh cho đến khi sẵn sàng sử dụng.

27. Đâu đen Chimichurri

THÀNH PHẦN:

- 1/2 chén đậu đen nấu chín
- 1/4 chén lá ngò tươi
- 2 tép tỏi, băm nhỏ
- Nước ép 1 quả chanh
- 1/4 chén giấm rượu vang đỏ
- 1/4 chén dầu ô liu
- Muối và hạt tiêu cho vừa ăn

HƯỚNG DẪN:

a) Trong máy xay thực phẩm, kết hợp đậu đen, ngò, tỏi, nước cốt chanh và giấm rượu vang đỏ. Xung cho đến khi kết hợp tốt.

b) Dần dần thêm dầu ô liu trong khi xay cho đến khi đạt được độ đặc mong muốn. Nêm muối và hạt tiêu cho vừa ăn.

c) Phục vụ ngay lập tức hoặc làm lạnh cho đến khi sẵn sàng sử dụng.

28. Chimichurri ngô nướng

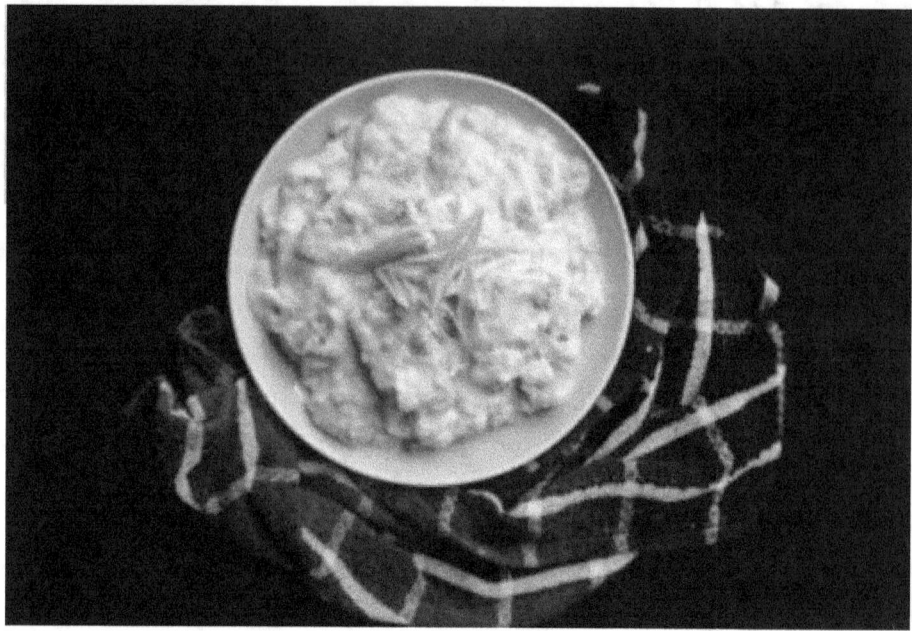

THÀNH PHẦN:
- 1 chén hạt ngô rang
- 1/4 chén lá ngò tươi
- 2 tép tỏi, băm nhỏ
- Nước ép 1 quả chanh
- 1/4 chén giấm rượu trắng
- 1/4 chén dầu ô liu
- Muối và hạt tiêu cho vừa ăn

HƯỚNG DẪN:
a) Trong máy xay sinh tố hoặc máy chế biến thực phẩm, kết hợp ngô rang, ngò, tỏi, nước cốt chanh và giấm rượu trắng. Xay đến khi mịn.

b) Dần dần thêm dầu ô liu trong khi trộn cho đến khi kết hợp tốt.

c) Nêm muối và hạt tiêu cho vừa ăn. Phục vụ ngay lập tức hoặc làm lạnh cho đến khi sẵn sàng sử dụng.

29. Trang trại Chimichurri

THÀNH PHẦN:

- 1/2 chén sốt mayonaise
- 1/4 cốc kem chua
- 1/4 chén lá mùi tây tươi, thái nhỏ
- 2 muỗng canh hẹ tươi, thái nhỏ
- 1 tép tỏi, băm nhỏ
- 1 muỗng canh giấm rượu trắng
- Muối và hạt tiêu cho vừa ăn

HƯỚNG DẪN:

a) Trong một cái bát, trộn đều sốt mayonnaise, kem chua, mùi tây, hẹ, tỏi và giấm rượu trắng cho đến khi mịn. Nêm muối và hạt tiêu cho vừa ăn. Phục vụ ngay lập tức hoặc làm lạnh cho đến khi sẵn sàng sử dụng.

b) Biến thể kem này tạo thêm sự thay đổi thú vị cho hương vị chimichurri truyền thống.

30. Cà ri dừa Chimichurri

THÀNH PHẦN:
- 1/2 chén lá ngò tươi
- 1/4 chén lá húng quế tươi
- 2 tép tỏi, băm nhỏ
- 2 thìa bột cà ri
- 1/2 cốc nước cốt dừa
- Nước ép 1 quả chanh
- 1/4 chén dầu ô liu
- Muối và hạt tiêu cho vừa ăn

HƯỚNG DẪN:
a) Trong máy xay sinh tố hoặc máy chế biến thực phẩm, kết hợp ngò, húng quế, tỏi, bột cà ri, nước cốt dừa và nước cốt chanh. Xay đến khi mịn.

b) Dần dần thêm dầu ô liu trong khi trộn cho đến khi kết hợp tốt. Nêm muối và hạt tiêu cho vừa ăn.

c) Phục vụ ngay lập tức hoặc làm lạnh cho đến khi sẵn sàng sử dụng.

31. Mật ong Sriracha Chimichurri

THÀNH PHẦN:

- 1/2 chén lá mùi tây tươi
- 1/4 chén lá ngò tươi
- 2 tép tỏi, băm nhỏ
- 2 muỗng canh sốt sriracha
- 2 thìa mật ong
- 1/4 chén giấm rượu vang đỏ
- 1/4 chén dầu ô liu
- Muối để nếm

HƯỚNG DẪN:

a) Trong máy xay sinh tố hoặc máy chế biến thực phẩm, kết hợp rau mùi tây, ngò, tỏi, sốt sriracha, mật ong và giấm rượu vang đỏ. Xay đến khi mịn.

b) Dần dần thêm dầu ô liu trong khi trộn cho đến khi kết hợp tốt. Nêm muối cho vừa ăn. Phục vụ ngay lập tức hoặc làm lạnh cho đến khi sẵn sàng sử dụng.

32. Cà chua khô Địa Trung Hải Chimichurri

THÀNH PHẦN:

- 1/2 chén cà chua khô (ngâm dầu), để ráo nước
- 1/4 chén lá húng quế tươi
- 2 tép tỏi, băm nhỏ
- Nước ép của 1 quả chanh
- 1/4 chén dầu ô liu
- Muối và hạt tiêu cho vừa ăn

HƯỚNG DẪN:

a) Trong máy xay thực phẩm, trộn cà chua khô, húng quế, tỏi và nước cốt chanh. Xung cho đến khi cắt nhỏ.

b) Dần dần thêm dầu ô liu trong khi xay cho đến khi đạt được độ đặc mong muốn. Nêm muối và hạt tiêu cho vừa ăn.

c) Phục vụ ngay lập tức hoặc làm lạnh cho đến khi sẵn sàng sử dụng.

33. Mè Ngò Chimichurri

THÀNH PHẦN:

- 1/2 chén lá ngò tươi
- 1/4 chén lá mùi tây tươi
- 2 tép tỏi, băm nhỏ
- 2 muỗng canh nước tương
- 2 muỗng canh giấm gạo
- 1 muỗng canh dầu mè
- 1/4 chén dầu ô liu
- 1 muỗng canh hạt vừng, nướng
- Muối và hạt tiêu cho vừa ăn

HƯỚNG DẪN:

a) Trong máy xay sinh tố hoặc máy chế biến thực phẩm, kết hợp ngò, mùi tây, tỏi, nước tương, giấm gạo và dầu mè. Xay đến khi mịn.

b) Dần dần thêm dầu ô liu trong khi trộn cho đến khi kết hợp tốt. Khuấy hạt mè rang. Nêm muối và hạt tiêu cho vừa ăn.

c) Phục vụ ngay lập tức hoặc làm lạnh cho đến khi sẵn sàng sử dụng.

CHIMICHURRI VÀ HẢI SẢN

34. Tôm sốt Chimichurri

THÀNH PHẦN:

- 2 đến 10 tép tỏi, bóc vỏ và băm nhỏ
- 1 quả ớt jalapeno đỏ, bỏ cuống, bỏ hạt và cắt nhỏ
- 1/4 chén lá oregano tươi
- 1 chén lá mùi tây tươi
- 1/4 chén rượu vang đỏ hoặc giấm sherry
- 1/2 chén dầu ô liu
- 1/4 thìa cà phê muối
- 1 1/2 pound tôm cỡ lớn

HƯỚNG DẪN:

a) Chuẩn bị tỏi. Theo truyền thống, đây là loại nước sốt có vị tỏi, nhưng lượng tỏi sử dụng sẽ tùy theo sở thích cá nhân.

b) Cho tỏi và ớt jalapeno vào máy xay thực phẩm và băm nhuyễn. Thêm lá oregano và rau mùi tây vào rồi xay nhuyễn.

c) Thêm giấm, dầu ô liu và muối, chế biến cho đến khi mịn và nhũ hóa. (Nước sốt có thể dùng ngay hoặc đổ vào lọ, đậy nắp và để lạnh cho đến khi dùng.)

d) Lấy khoảng 1/3 chén nước sốt để dùng làm gia vị cho tôm.

e) Chuẩn bị bếp nướng than hoặc gas. Đặt tôm lên vỉ nướng đã phết dầu tốt, cách nguồn nhiệt từ 4 đến 6 inch. Nướng và nấu khoảng 3 đến 4 phút mỗi mặt hoặc cho đến khi tôm có màu hồng và chín.

f) Ăn kèm với nước sốt còn lại ở bên cạnh.

35. Cá hồi Chimichurri

THÀNH PHẦN:
- 4 phi lê cá hồi
- Muối và hạt tiêu cho vừa ăn
- 1 chén mùi tây tươi, xắt nhỏ
- 1/4 chén ngò tươi, xắt nhỏ
- 3 tép tỏi, băm nhỏ
- 1/4 chén giấm rượu vang đỏ
- 1/2 chén dầu ô liu
- 1 thìa cà phê lá oregano khô
- 1/2 muỗng cà phê ớt đỏ (tùy chọn)

HƯỚNG DẪN:
a) Làm nóng lò nướng của bạn ở nhiệt độ 400°F (200°C).
b) Nêm phi lê cá hồi với muối và hạt tiêu rồi đặt chúng lên khay nướng có lót giấy da.
c) Trong một cái bát, trộn cùng rau mùi tây cắt nhỏ, ngò, tỏi băm, giấm rượu vang đỏ, dầu ô liu, lá oregano khô và ớt đỏ. Nêm với muối và hạt tiêu.
d) Rưới nước sốt chimichurri lên phi lê cá hồi, phủ đều chúng.
e) Nướng trong lò làm nóng trước trong 12-15 phút hoặc cho đến khi cá hồi chín và dễ dàng bong ra bằng nĩa.
f) Ăn cá hồi nóng, rưới thêm nước sốt chimichurri.

36. Cá tuyết nướng Chimichurri

THÀNH PHẦN:
- 4 phi lê cá tuyết
- Muối và hạt tiêu cho vừa ăn
- 1 chén mùi tây tươi, xắt nhỏ
- 1/4 chén ngò tươi, xắt nhỏ
- 3 tép tỏi, băm nhỏ
- 1/4 chén giấm rượu vang đỏ
- 1/2 chén dầu ô liu
- 1 thìa cà phê lá oregano khô
- 1/2 muỗng cà phê ớt đỏ (tùy chọn)

HƯỚNG DẪN:
a) Làm nóng lò nướng của bạn ở nhiệt độ 375°F (190°C).
b) Nêm phi lê cá tuyết với muối và hạt tiêu rồi cho vào khay nướng.
c) Trong một cái bát, trộn rau mùi tây cắt nhỏ, ngò, tỏi băm, giấm rượu vang đỏ, dầu ô liu, lá oregano khô và ớt đỏ để làm nước sốt chimichurri.
d) Rưới nước sốt chimichurri lên phi lê cá tuyết, phủ đều chúng.
e) Nướng trong lò làm nóng trước trong 15-20 phút hoặc cho đến khi cá tuyết chín và dễ dàng bong ra bằng nĩa.
f) Ăn cá tuyết nóng, rưới thêm nước sốt chimichurri.

37. Tôm Chimichurri Scampi

THÀNH PHẦN:

- 1 lb tôm, bóc vỏ và bỏ chỉ
- Muối và hạt tiêu cho vừa ăn
- 1 chén mùi tây tươi, xắt nhỏ
- 1/4 chén ngò tươi, xắt nhỏ
- 3 tép tỏi, băm nhỏ
- 1/4 chén giấm rượu vang đỏ
- 1/2 chén dầu ô liu
- 1 thìa cà phê lá oregano khô
- 1/2 muỗng cà phê ớt đỏ (tùy chọn)
- 8 oz mì ống hoặc mì spaghetti
- 2 thìa bơ
- Nêm chanh để phục vụ

HƯỚNG DẪN:

a) Nấu mì ống theo hướng dẫn trên bao bì cho đến khi chín tới. Xả và đặt sang một bên.
b) Nêm tôm với muối và hạt tiêu.
c) Trong một cái bát, trộn cùng rau mùi tây cắt nhỏ, ngò, tỏi băm, giấm rượu vang đỏ, dầu ô liu, lá oregano khô và ớt đỏ để làm nước sốt chimichurri.
d) Đun nóng bơ trong chảo lớn trên lửa vừa. Cho tôm vào chảo và nấu khoảng 2-3 phút mỗi mặt hoặc cho đến khi chúng có màu hồng và đục.
e) Thêm mì ống đã nấu chín vào chảo cùng tôm.
f) Đổ nước sốt chimichurri lên tôm và mì ống.
g) Trộn tất cả mọi thứ lại với nhau cho đến khi tôm và mì ống được phủ nước sốt và đun nóng.

h) Phục vụ món tôm càng chimichurri nóng, với chanh ở bên cạnh.

38. Tôm bơ tỏi Chimichurri

THÀNH PHẦN:
- 1 lb tôm lớn, bóc vỏ và bỏ chỉ
- Muối và hạt tiêu cho vừa ăn
- 1 chén mùi tây tươi, xắt nhỏ
- 1/4 chén ngò tươi, xắt nhỏ
- 3 tép tỏi, băm nhỏ
- 1/4 chén giấm rượu vang đỏ
- 1/2 chén dầu ô liu
- 1 thìa cà phê lá oregano khô
- 1/2 muỗng cà phê ớt đỏ (tùy chọn)
- 4 thìa bơ

HƯỚNG DẪN:
a) Nêm tôm với muối và hạt tiêu.
b) Trong một cái bát, trộn cùng rau mùi tây cắt nhỏ, ngò, tỏi băm, giấm rượu vang đỏ, dầu ô liu, lá oregano khô và ớt đỏ để làm nước sốt chimichurri.
c) Đun nóng bơ trong chảo lớn trên lửa vừa. Cho tôm vào chảo và nấu khoảng 2-3 phút mỗi mặt hoặc cho đến khi chúng có màu hồng và đục.
d) Đổ nước sốt chimichurri lên tôm trong chảo.
e) Cho tôm vào nước sốt cho đến khi tôm phủ đều và đun nóng.
f) Ăn nóng tôm bơ tỏi chimichurri, trang trí thêm rau mùi tây cắt nhỏ nếu muốn.

39. Sò điệp nướng Chimichurri

THÀNH PHẦN:

- 1 lb sò biển
- Muối và hạt tiêu cho vừa ăn
- 1 chén mùi tây tươi, xắt nhỏ
- 1/4 chén ngò tươi, xắt nhỏ
- 3 tép tỏi, băm nhỏ
- 1/4 chén giấm rượu vang đỏ
- 1/2 chén dầu ô liu
- 1 thìa cà phê lá oregano khô
- 1/2 muỗng cà phê ớt đỏ (tùy chọn)
- 2 thìa bơ
- Nêm chanh để phục vụ

HƯỚNG DẪN:

a) Lau khô sò điệp bằng khăn giấy và nêm muối và hạt tiêu.

b) Trong một cái bát, trộn cùng rau mùi tây cắt nhỏ, ngò, tỏi băm, giấm rượu vang đỏ, dầu ô liu, lá oregano khô và ớt đỏ để làm nước sốt chimichurri.

c) Đun nóng bơ trong chảo lớn trên lửa vừa cao.

d) Khi chảo nóng, cho sò điệp vào từng lớp, đảm bảo không để chảo quá đông. Áp chảo sò điệp trong 2-3 phút mỗi mặt hoặc cho đến khi chúng có màu vàng nâu và chín đều.

e) Lấy sò điệp ra khỏi chảo và chuyển chúng vào đĩa phục vụ.

f) Rưới nước sốt chimichurri lên sò điệp đã chiên.

g) Ăn nóng với chanh ở bên cạnh.

40. Cơm Lứt Với Cá Sáu Và Chimichurri

THÀNH PHẦN:

- 1 cốc (165 g) gạo lứt
- 2 cốc (470 ml) nước
- Muối Kosher và hạt tiêu đen mới xay
- 8 ounce (225 g) cà rốt non, cắt đôi
- 2 thìa canh (30 ml) quả bơ hoặc dầu ô liu nguyên chất, chia đều
- ½ muỗng cà phê rau mùi đất
- 4 (4 đến 6 ounce, 115 đến 168 g) phi lê cá trắng không da, như cá bơn, cá rô phi hoặc cá vược sọc
- 1 bó cải xoong nhỏ, cắt tỉa
- 1 cốc (120 g) đậu nành nguyên vỏ
- 1 công thức sốt Chimichurri
- Hạnh nhân cắt lát

HƯỚNG DẪN:

a) Làm nóng lò ở nhiệt độ 400°F (200°C, hoặc vạch khí 6).

b) Cho gạo, nước và một chút muối vào nồi vừa và đun sôi. Giảm nhiệt xuống thấp, đậy nắp và nấu cho đến khi gạo mềm, khoảng 40 phút. Tắt bếp và đậy nắp hấp cơm trong 10 phút.

c) Trộn cà rốt với 1 thìa canh (15 ml) dầu, rau mùi, muối và tiêu. Trải một lớp duy nhất trên khay nướng có viền và nướng cho đến khi mềm, khoảng 15 phút.

d) Trong khi đó, đun nóng 1 muỗng canh (15 ml) dầu còn lại trong chảo rộng trên lửa vừa cao cho đến khi sủi bọt. Dùng khăn giấy vỗ nhẹ cho cá khô hoàn toàn và rắc muối và tiêu lên cả hai mặt.

e) Cho cá vào chảo và áp chảo khoảng 2 đến 3 phút mỗi mặt.
f) Khi dùng, chia cơm và cải xoong vào các bát. Phủ cá, cà rốt nướng và đậu edamame lên trên. Rắc nước sốt Chimichurri và rắc hạnh nhân cắt lát.

41. Cá bơn nướng Chimichurri

THÀNH PHẦN:

- 4 phi lê cá bơn
- Muối và hạt tiêu cho vừa ăn
- 1 chén mùi tây tươi, xắt nhỏ
- 1/4 chén ngò tươi, xắt nhỏ
- 3 tép tỏi, băm nhỏ
- 1/4 chén giấm rượu vang đỏ
- 1/2 chén dầu ô liu
- 1 thìa cà phê lá oregano khô
- 1/2 muỗng cà phê ớt đỏ (tùy chọn)

HƯỚNG DẪN:

a) Làm nóng lò nướng của bạn ở nhiệt độ 375°F (190°C).
b) Xếp phi lê cá bơn lên khay nướng có lót giấy nến.
c) Nêm phi lê cá bơn với muối và hạt tiêu.
d) Trong một cái bát, trộn cùng rau mùi tây cắt nhỏ, ngò, tỏi băm, giấm rượu vang đỏ, dầu ô liu, lá oregano khô và ớt đỏ để làm nước sốt chimichurri.
e) Rưới một lượng lớn nước sốt chimichurri lên từng miếng phi lê cá bơn.
f) Nướng cá bơn trong lò làm nóng trước trong 15-20 phút hoặc cho đến khi cá bơn chín và dễ bong ra bằng nĩa.
g) Lấy cá bơn ra khỏi lò và để yên vài phút trước khi dùng.
h) Ăn cá bơn nướng nóng, trang trí thêm nước sốt chimichurri nếu muốn.

42. Tôm dừa Chimichurri

THÀNH PHẦN:

- 1 lb tôm lớn, bóc vỏ và bỏ chỉ
- Muối và hạt tiêu cho vừa ăn
- 1 chén mùi tây tươi, xắt nhỏ
- 1/4 chén ngò tươi, xắt nhỏ
- 3 tép tỏi, băm nhỏ
- 1/4 chén giấm rượu vang đỏ
- 1/2 chén dầu ô liu
- 1 thìa cà phê lá oregano khô
- 1/2 muỗng cà phê ớt đỏ (tùy chọn)
- 1 cốc dừa nạo không đường
- 1/4 chén bột mì đa dụng
- 2 quả trứng, đánh bông
- Dầu ăn để chiên
- Nêm chanh để phục vụ

HƯỚNG DẪN:

a) Nêm tôm với muối và hạt tiêu.

b) Trong một cái bát, trộn cùng rau mùi tây cắt nhỏ, ngò, tỏi băm, giấm rượu vang đỏ, dầu ô liu, lá oregano khô và ớt đỏ để làm nước sốt chimichurri.

c) Bố trí một trạm nạo vét với ba cái bát nông: một cái chứa bột mì, một cái chứa trứng đánh bông và một cái chứa dừa vụn.

d) Lăn từng con tôm qua bột mì, sau đó nhúng vào trứng đã đánh bông, cuối cùng lăn qua dừa nạo, ấn nhẹ cho tôm dính.

e) Đun nóng dầu ăn trong chảo trên lửa vừa cao. Chiên từng mẻ tôm đã tráng trong 2-3 phút mỗi mặt hoặc cho đến khi chúng có màu vàng nâu và chín đều.
f) Lấy tôm ra khỏi chảo và đặt chúng lên đĩa có lót khăn giấy để ráo bớt dầu thừa.
g) Ăn tôm dừa chimichurri nóng, với chanh vắt bên cạnh.

43. Cá tuyết luộc Chimichurri

THÀNH PHẦN:
- 4 phi lê cá tuyết
- Muối và hạt tiêu cho vừa ăn
- 1 chén mùi tây tươi, xắt nhỏ
- 1/4 chén ngò tươi, xắt nhỏ
- 3 tép tỏi, băm nhỏ
- 1/4 chén giấm rượu vang đỏ
- 1/2 chén dầu ô liu
- 1 thìa cà phê lá oregano khô
- 1/2 muỗng cà phê ớt đỏ (tùy chọn)

HƯỚNG DẪN:
a) Nêm phi lê cá tuyết với muối và hạt tiêu.
b) Trong chảo lớn hoặc chảo xào, kết hợp rau mùi tây cắt nhỏ, ngò, tỏi băm, giấm rượu vang đỏ, dầu ô liu, lá oregano khô và ớt đỏ.
c) Đặt chảo lên lửa vừa và đun sôi hỗn hợp cho đến khi sôi nhẹ.
d) Thêm phi lê cá tuyết vào chảo, đảm bảo chúng ngập trong nước sốt chimichurri.
e) Đậy chảo và luộc cá tuyết trong 8-10 phút hoặc cho đến khi cá có màu đục và dễ dàng bong ra bằng nĩa.
f) Cẩn thận lấy phi lê cá tuyết ra khỏi chảo và chuyển chúng vào đĩa phục vụ.
g) Rưới một ít nước sốt chimichurri từ chảo lên phi lê cá tuyết.
h) Ăn nóng cá tuyết luộc chimichurri, kèm thêm nước sốt nếu muốn.

44. Chimichurri Mahi Mahi Tacos

THÀNH PHẦN:
- 1 lb phi lê mahi mahi
- Muối và hạt tiêu cho vừa ăn
- 1 chén mùi tây tươi, xắt nhỏ
- 1/4 chén ngò tươi, xắt nhỏ
- 3 tép tỏi, băm nhỏ
- 1/4 chén giấm rượu vang đỏ
- 1/2 chén dầu ô liu
- 1 thìa cà phê lá oregano khô
- 1/2 muỗng cà phê ớt đỏ (tùy chọn)
- 8 bánh ngô hoặc bột mì nhỏ
- Bắp cải xắt nhuyễn
- Bơ cắt lát
- Nêm chanh để phục vụ

HƯỚNG DẪN:
a) Nêm phi lê mahi mahi với muối và hạt tiêu.

b) Trong một cái bát, trộn cùng rau mùi tây cắt nhỏ, ngò, tỏi băm, giấm rượu vang đỏ, dầu ô liu, lá oregano khô và ớt đỏ để làm nước sốt chimichurri.

c) Đun nóng chảo nướng hoặc chảo trên lửa vừa cao. Nấu phi lê mahi mahi trong 3-4 phút mỗi mặt hoặc cho đến khi chín.

d) Lấy mahi mahi ra khỏi bếp và để yên trong vài phút trước khi bóc thành từng miếng.

e) Làm nóng bánh ngô trong chảo hoặc trên vỉ nướng trong khoảng 30 giây mỗi mặt.

f) Đổ đầy mỗi chiếc bánh tortilla với mahi mahi bào, bắp cải thái nhỏ, bơ thái lát và một chút nước sốt chimichurri.
g) Phục vụ tacos chimichurri mahi mahi với lát chanh ở bên cạnh.

45. Bánh cua Chimichurri

THÀNH PHẦN:
- 1 lb thịt cua cục
- 1/2 chén vụn bánh mì
- 1/4 cốc sốt mayonaise
- 1/4 chén ớt chuông đỏ xắt nhỏ
- 1/4 chén hành lá xắt nhỏ
- 1 quả trứng, đánh bông
- Muối và hạt tiêu cho vừa ăn
- 1 chén mùi tây tươi, xắt nhỏ
- 1/4 chén ngò tươi, xắt nhỏ
- 3 tép tỏi, băm nhỏ
- 1/4 chén giấm rượu vang đỏ
- 1/2 chén dầu ô liu
- 1 thìa cà phê lá oregano khô
- 1/2 muỗng cà phê ớt đỏ (tùy chọn)
- Nêm chanh để phục vụ

HƯỚNG DẪN:
a) Trong một tô lớn, trộn thịt cua, vụn bánh mì, sốt mayonnaise, ớt chuông đỏ xắt nhỏ, hành lá xắt nhỏ, trứng đánh bông, muối và tiêu. Trộn cho đến khi kết hợp tốt.

b) Nặn hỗn hợp cua thành từng miếng và đặt chúng lên khay nướng có lót giấy da.

c) Trong một bát riêng, trộn cùng rau mùi tây cắt nhỏ, ngò, tỏi băm, giấm rượu vang đỏ, dầu ô liu, lá oregano khô và ớt đỏ để làm nước sốt chimichurri.

d) Quét nước sốt chimichurri lên từng chiếc bánh cua.

e) Nướng bánh cua trong lò đã làm nóng trước ở nhiệt độ 375°F (190°C) trong 15-20 phút hoặc cho đến khi có màu vàng nâu và đun nóng đều.

f) Lấy bánh cua ra khỏi lò và để nguội một chút trước khi dùng.

g) Phục vụ bánh cua chimichurri với chanh ở bên cạnh.

46. Tacos cá nướng Chimichurri

THÀNH PHẦN:
- 1 lb phi lê cá trắng (chẳng hạn như cá rô phi hoặc cá tuyết)
- Muối và hạt tiêu cho vừa ăn
- 8 bánh ngô hoặc bột mì nhỏ
- 1 chén bắp cải thái nhỏ hoặc hỗn hợp xà lách trộn
- 1 quả bơ, thái lát
- Nêm chanh để phục vụ

CHIMICHURRI SAUCE:
- 1 chén mùi tây tươi, xắt nhỏ
- 1/4 chén ngò tươi, xắt nhỏ
- 3 tép tỏi, băm nhỏ
- 1/4 chén giấm rượu vang đỏ
- 1/2 chén dầu ô liu
- 1 thìa cà phê lá oregano khô
- 1/2 muỗng cà phê ớt đỏ (tùy chọn)

HƯỚNG DẪN:
a) Làm nóng lò nướng của bạn ở nhiệt độ trung bình cao.
b) Nêm phi lê cá với muối và hạt tiêu.
c) Nướng cá trong 3-4 phút mỗi mặt hoặc cho đến khi chín và bong ra.
d) Làm nóng bánh ngô trên vỉ nướng trong khoảng 30 giây mỗi mặt.
e) Để làm bánh taco, hãy đặt một ít bắp cải thái nhỏ lên mỗi chiếc bánh tortilla, phủ cá nướng, lát bơ lên trên và một chút nước sốt chimichurri.
f) Phục vụ bánh taco với chanh ở bên cạnh. Thưởng thức!

47. Cá kiếm nướng Chimichurri

THÀNH PHẦN:
- 4 miếng cá kiếm bít tết
- Muối và hạt tiêu cho vừa ăn
- 1 chén mùi tây tươi, xắt nhỏ
- 1/4 chén ngò tươi, xắt nhỏ
- 3 tép tỏi, băm nhỏ
- 1/4 chén giấm rượu vang đỏ
- 1/2 chén dầu ô liu
- 1 thìa cà phê lá oregano khô
- 1/2 muỗng cà phê ớt đỏ (tùy chọn)

HƯỚNG DẪN:
a) Làm nóng lò nướng của bạn ở nhiệt độ trung bình cao.

b) Nêm bít tết cá kiếm với muối và hạt tiêu.

c) Trong một cái bát, trộn cùng rau mùi tây cắt nhỏ, ngò, tỏi băm, giấm rượu vang đỏ, dầu ô liu, lá oregano khô và ớt đỏ để làm nước sốt chimichurri.

d) Nướng bít tết cá kiếm trong khoảng 4-5 phút mỗi mặt hoặc cho đến khi chúng chín đều và có vết nướng đẹp mắt.

e) Lấy cá kiếm ra khỏi vỉ nướng và phủ một thìa đầy nước sốt chimichurri lên trên mỗi miếng bít tết.

f) Ăn nóng với các món ăn kèm yêu thích của bạn.

48. Sò điệp nướng Chimichurri

THÀNH PHẦN:

- 1 lb sò điệp tươi, làm sạch
- Muối và hạt tiêu cho vừa ăn
- 1 chén mùi tây tươi, xắt nhỏ
- 1/4 chén ngò tươi, xắt nhỏ
- 3 tép tỏi, băm nhỏ
- 1/4 chén giấm rượu vang đỏ
- 1/2 chén dầu ô liu
- 1 thìa cà phê lá oregano khô
- 1/2 muỗng cà phê ớt đỏ (tùy chọn)

HƯỚNG DẪN:

a) Làm nóng lò nướng của bạn ở nhiệt độ trung bình cao.
b) Nêm sò điệp với muối và hạt tiêu.
c) Trong một cái bát, trộn rau mùi tây cắt nhỏ, ngò, tỏi băm, giấm rượu vang đỏ, dầu ô liu, lá oregano khô và ớt đỏ để làm nước sốt chimichurri.
d) Xiên sò điệp vào xiên.
e) Nướng sò điệp trong 2-3 phút mỗi mặt hoặc cho đến khi chúng có màu đục và chín đều.
f) Lấy sò điệp ra khỏi vỉ nướng và phết nước sốt chimichurri lên chúng.
g) Ăn nóng với sốt chimichurri bổ sung bên cạnh.

49. Đuôi tôm hùm nướng Chimichurri

THÀNH PHẦN:
- 4 đuôi tôm hùm, chia làm đôi theo chiều dọc
- Muối và hạt tiêu cho vừa ăn
- 1 chén mùi tây tươi, xắt nhỏ
- 1/4 chén ngò tươi, xắt nhỏ
- 3 tép tỏi, băm nhỏ
- 1/4 chén giấm rượu vang đỏ
- 1/2 chén dầu ô liu
- 1 thìa cà phê lá oregano khô
- 1/2 muỗng cà phê ớt đỏ (tùy chọn)

HƯỚNG DẪN:
a) Làm nóng lò nướng của bạn ở nhiệt độ trung bình cao.
b) Ướp đuôi tôm hùm đã tách đôi với muối và tiêu.
c) Trong một cái bát, trộn cùng rau mùi tây cắt nhỏ, ngò, tỏi băm, giấm rượu vang đỏ, dầu ô liu, lá oregano khô và ớt đỏ để làm nước sốt chimichurri.
d) Nướng phần thịt đuôi tôm hùm trong khoảng 5-6 phút.
e) Lật đuôi tôm hùm và phết nước sốt chimichurri lên chúng.
f) Nướng thêm 4-5 phút hoặc cho đến khi thịt tôm hùm có màu đục và chín đều.
g) Ăn nóng với thêm nước sốt chimichurri bên cạnh.

50. Cá hồi nướng Chimichurri

THÀNH PHẦN:
- 4 phi lê cá hồi
- Muối và hạt tiêu cho vừa ăn
- 1 chén mùi tây tươi, xắt nhỏ
- 1/4 chén ngò tươi, xắt nhỏ
- 3 tép tỏi, băm nhỏ
- 1/4 chén giấm rượu vang đỏ
- 1/2 chén dầu ô liu
- 1 thìa cà phê lá oregano khô
- 1/2 muỗng cà phê ớt đỏ (tùy chọn)
- Miếng chanh, để phục vụ

HƯỚNG DẪN:
a) Làm nóng lò nướng của bạn ở nhiệt độ trung bình cao.
b) Nêm phi lê cá hồi với muối và hạt tiêu.
c) Trong một cái bát, trộn cùng rau mùi tây cắt nhỏ, ngò, tỏi băm, giấm rượu vang đỏ, dầu ô liu, lá oregano khô và ớt đỏ để làm nước sốt chimichurri.
d) Nướng phi lê cá hồi trong 4-5 phút mỗi mặt hoặc cho đến khi chúng chín và dễ dàng bong ra bằng nĩa.
e) Lấy cá hồi ra khỏi vỉ nướng và rưới nước sốt chimichurri lên chúng.
f) Phục vụ cá hồi nướng nóng, với chanh ở bên cạnh.

51. Mực nướng Chimichurri

THÀNH PHẦN:

- 1 lb mực tươi, làm sạch và cắt thành từng khoanh
- Muối và hạt tiêu cho vừa ăn
- 1 chén mùi tây tươi, xắt nhỏ
- 1/4 chén ngò tươi, xắt nhỏ
- 3 tép tỏi, băm nhỏ
- 1/4 chén giấm rượu vang đỏ
- 1/2 chén dầu ô liu
- 1 thìa cà phê lá oregano khô
- 1/2 muỗng cà phê ớt đỏ (tùy chọn)

HƯỚNG DẪN:

a) Làm nóng lò nướng của bạn ở nhiệt độ trung bình cao.
b) Nêm các khoanh mực với muối và tiêu.
c) Trong một cái bát, trộn cùng rau mùi tây cắt nhỏ, ngò, tỏi băm, giấm rượu vang đỏ, dầu ô liu, lá oregano khô và ớt đỏ để làm nước sốt chimichurri.
d) Xâu các vòng mực vào xiên.
e) Nướng mực trong 1-2 phút mỗi mặt hoặc cho đến khi chúng có màu đục và vừa chín tới.
f) Lấy mực ra khỏi vỉ nướng và rưới nước sốt chimichurri.
g) Ăn nóng với chanh và thêm nước sốt chimichurri bên cạnh.

52. Chimichurri Mahi Mahi nướng

THÀNH PHẦN:
- 4 phi lê mahi mahi
- Muối và hạt tiêu cho vừa ăn
- 1 chén mùi tây tươi, xắt nhỏ
- 1/4 chén ngò tươi, xắt nhỏ
- 3 tép tỏi, băm nhỏ
- 1/4 chén giấm rượu vang đỏ
- 1/2 chén dầu ô liu
- 1 thìa cà phê lá oregano khô
- 1/2 muỗng cà phê ớt đỏ (tùy chọn)

HƯỚNG DẪN:
a) Làm nóng lò nướng của bạn ở nhiệt độ trung bình cao.

b) Nêm phi lê mahi mahi với muối và hạt tiêu.

c) Trong một cái bát, trộn rau mùi tây cắt nhỏ, ngò, tỏi băm, giấm rượu vang đỏ, dầu ô liu, lá oregano khô và ớt đỏ để làm nước sốt chimichurri.

d) Nướng phi lê mahi mahi trong khoảng 4-5 phút mỗi mặt hoặc cho đến khi chúng chín và có vết nướng.

e) Lấy mahi mahi ra khỏi vỉ nướng và phủ một thìa đầy nước sốt chimichurri lên trên mỗi miếng phi lê.

f) Ăn nóng với các món ăn kèm theo lựa chọn của bạn.

53. Bít tết cá ngừ nướng Chimichurri

THÀNH PHẦN:
- 4 miếng cá ngừ nướng
- Muối và hạt tiêu cho vừa ăn
- 1 chén mùi tây tươi, xắt nhỏ
- 1/4 chén ngò tươi, xắt nhỏ
- 3 tép tỏi, băm nhỏ
- 1/4 chén giấm rượu vang đỏ
- 1/2 chén dầu ô liu
- 1 thìa cà phê lá oregano khô
- 1/2 muỗng cà phê ớt đỏ (tùy chọn)

HƯỚNG DẪN:
a) Làm nóng lò nướng của bạn ở nhiệt độ trung bình cao.
b) Nêm bít tết cá ngừ với muối và hạt tiêu.
c) Trong một cái bát, trộn cùng rau mùi tây cắt nhỏ, ngò, tỏi băm, giấm rượu vang đỏ, dầu ô liu, lá oregano khô và ớt đỏ để làm nước sốt chimichurri.
d) Nướng bít tết cá ngừ trong khoảng 2-3 phút mỗi mặt ở mức chín vừa hoặc lâu hơn tùy theo độ chín mà bạn mong muốn.
e) Lấy bít tết cá ngừ ra khỏi vỉ nướng và rưới nước sốt chimichurri lên chúng.
f) Ăn nóng với sốt chimichurri bổ sung bên cạnh.

CHIMICHURRI VÀ SALAD

54. Súp Chimichurri

THÀNH PHẦN:
- $1\frac{1}{2}$ chén bắp cải thái nhỏ
- 1 quả bơ vừa (khối)
- 2 muỗng canh hành đỏ
- 2 muỗng canh rau mùi xắt nhỏ
- $\frac{1}{2}$ quả chanh (ép nước)
- $\frac{1}{4}$ thìa cà phê muối
- 3 muỗng canh chimichurri (công thức)

HƯỚNG DẪN

a) Băm nhỏ hoặc cắt lát bắp cải và cho vào tô.
b) Phủ bơ cắt khối, hành tây xắt nhỏ và ngò lên trên.
c) Thêm nước cốt của nửa quả chanh, muối và sốt Chimichurri.
d) Trộn nhẹ nhàng để hòa quyện hương vị.

55. Salad chimichurri thịt lợn

THÀNH PHẦN:
- Sườn heo, một pound
- Rau xanh, sáu ounce
- Cà chua bi, hai cốc
- Dầu ô liu, một muỗng canh
- Giấm, một muỗng canh
- Mùi tây, theo yêu cầu
- Chipotle, một nửa
- Lá oregano, theo yêu cầu
- Muối và hạt tiêu, theo yêu cầu
- Nước sốt Chimichurri, tùy theo khẩu vị

HƯỚNG DẪN:

a) Trong máy xay thực phẩm, kết hợp dầu ô liu, giấm, rau mùi tây, lá oregano và chipotle. Nêm muối và hạt tiêu và đặt sang một bên.

b) Làm nóng lò nướng thịt trước. Lót giấy bạc vào khay nướng có viền và phết dầu ăn.

c) Đặt thịt lợn lên khay nướng và rắc muối và hạt tiêu lên cả hai mặt. Đun cho đến khi nhiệt độ bên trong đạt 145 độ, năm phút mỗi mặt. Lấy thịt lợn ra khỏi gà thịt và để yên trong năm phút.

d) Trong khi đó, trong một tô lớn, trộn rau xanh, cà chua bi, phô mai và nước sốt chimichurri cho vừa ăn. Xếp salad vào đĩa hoặc đĩa.

e) Xếp salad lên trên, rưới thêm nước sốt và thưởng thức.

56. Salad khoai tây Chimichurri

THÀNH PHẦN:

- 2 lbs khoai tây, rửa sạch và cắt khối
- Muối và hạt tiêu cho vừa ăn
- 1 chén mùi tây tươi, xắt nhỏ
- 1/4 chén ngò tươi, xắt nhỏ
- 3 tép tỏi, băm nhỏ
- 1/4 chén giấm rượu vang đỏ
- 1/2 chén dầu ô liu
- 1 thìa cà phê lá oregano khô
- 1/2 muỗng cà phê ớt đỏ (tùy chọn)
- 1/2 củ hành đỏ, thái lát mỏng
- 1/4 chén hành lá xắt nhỏ (hành lá)

HƯỚNG DẪN:

a) Đặt khoai tây cắt khối vào nồi nước muối và đun sôi. Nấu cho đến khi khoai tây mềm, khoảng 10-15 phút.

b) Trong khi nấu khoai tây, hãy chuẩn bị nước sốt chimichurri. Trong một cái bát, trộn cùng rau mùi tây cắt nhỏ, ngò, tỏi băm, giấm rượu vang đỏ, dầu ô liu, lá oregano khô và ớt đỏ. Nêm muối và hạt tiêu cho vừa ăn.

c) Xả khoai tây đã nấu chín và để nguội một chút.

d) Trong một tô trộn lớn, trộn khoai tây đã nấu chín với hành đỏ thái lát và hành lá xắt nhỏ.

e) Đổ nước sốt chimichurri lên hỗn hợp khoai tây và đảo đều cho đến khi phủ đều.

f) Điều chỉnh gia vị nếu cần thiết và phục vụ món salad khoai tây ở nhiệt độ phòng hoặc ướp lạnh.

57. Salad Quinoa Chimichurri

THÀNH PHẦN:
- 1 cốc quinoa, rửa sạch
- 2 chén nước luộc rau hoặc nước
- Muối và hạt tiêu cho vừa ăn
- 1 chén mùi tây tươi, xắt nhỏ
- 1/4 chén ngò tươi, xắt nhỏ
- 3 tép tỏi, băm nhỏ
- 1/4 chén giấm rượu vang đỏ
- 1/2 chén dầu ô liu
- 1 thìa cà phê lá oregano khô
- 1/2 muỗng cà phê ớt đỏ (tùy chọn)
- 1 quả ớt chuông đỏ, thái hạt lựu
- 1 quả dưa chuột, thái hạt lựu
- 1/4 chén hành đỏ thái hạt lựu
- 1/4 chén phô mai feta vụn (tùy chọn)

HƯỚNG DẪN:
a) Trong một cái chảo vừa, đun sôi nước hoặc nước luộc rau. Khuấy quinoa và giảm nhiệt xuống thấp. Đậy nắp và đun nhỏ lửa trong 15-20 phút hoặc cho đến khi quinoa chín và chất lỏng được hấp thụ.

b) Xới quinoa đã nấu chín bằng nĩa và để nguội một chút.

c) Trong khi quinoa đang nấu, hãy chuẩn bị nước sốt chimichurri. Trong một cái bát, trộn cùng rau mùi tây cắt nhỏ, ngò, tỏi băm, giấm rượu vang đỏ, dầu ô liu, lá oregano khô và ớt đỏ. Nêm muối và hạt tiêu cho vừa ăn.

d) Trong một tô trộn lớn, trộn quinoa đã nấu chín với ớt chuông đỏ thái hạt lựu, dưa chuột và hành đỏ.

e) Đổ nước sốt chimichurri lên hỗn hợp quinoa và đảo cho đến khi phủ đều.
f) Nếu muốn, rắc phô mai feta vụn lên trên trước khi dùng.
g) Phục vụ món salad quinoa ở nhiệt độ phòng hoặc ướp lạnh.

58. Salad ngô Chimichurri

THÀNH PHẦN:

- 4 tai ngô đã tách vỏ
- Muối và hạt tiêu cho vừa ăn
- 1 chén mùi tây tươi, xắt nhỏ
- 1/4 chén ngò tươi, xắt nhỏ
- 3 tép tỏi, băm nhỏ
- 1/4 chén giấm rượu vang đỏ
- 1/2 chén dầu ô liu
- 1 thìa cà phê lá oregano khô
- 1/2 muỗng cà phê ớt đỏ (tùy chọn)
- 1 củ hành đỏ, thái nhỏ (tùy chọn)
- 1 quả ớt chuông, thái hạt lựu (tùy chọn)
- Cà chua bi cắt đôi (tùy chọn)

HƯỚNG DẪN:

a) Làm nóng lò nướng của bạn ở nhiệt độ trung bình cao.
b) Ướp tai ngô với muối và tiêu.
c) Nướng ngô, thỉnh thoảng lật mặt cho đến khi cháy vàng nhẹ các mặt, khoảng 8-10 phút.
d) Lấy ngô ra khỏi vỉ nướng và để nguội một chút.
e) Sau khi nguội, cắt hạt ra khỏi lõi và chuyển chúng vào tô trộn lớn.
f) Trong một bát riêng, trộn cùng rau mùi tây cắt nhỏ, ngò, tỏi băm, giấm rượu vang đỏ, dầu ô liu, lá oregano khô và ớt đỏ để làm nước sốt chimichurri.
g) Thêm nước sốt chimichurri vào tô cùng với hạt ngô.
h) Nếu muốn, hãy thêm hành tím cắt nhỏ, ớt chuông thái hạt lựu và cà chua bi cắt đôi để tăng thêm hương vị và kết cấu.

i) Trộn salad nhẹ nhàng để kết hợp.
j) Phục vụ món salad ngô ở nhiệt độ phòng hoặc ướp lạnh, trang trí thêm rau mùi tây và ngô xắt nhỏ nếu muốn.

59. Salad bò Chimichurri

THÀNH PHẦN:

- 2 quả bơ chín, thái hạt lựu
- 1 cốc cà chua bi, giảm một nửa
- 1/4 chén hành đỏ, thái nhỏ
- 1/4 cốc dưa chuột, thái hạt lựu
- Muối và hạt tiêu cho vừa ăn
- 1 chén mùi tây tươi, xắt nhỏ
- 1/4 chén ngò tươi, xắt nhỏ
- 3 tép tỏi, băm nhỏ
- 1/4 chén giấm rượu vang đỏ
- 1/2 chén dầu ô liu
- 1 thìa cà phê lá oregano khô
- 1/2 muỗng cà phê ớt đỏ (tùy chọn)

HƯỚNG DẪN:

a) Trong một tô trộn lớn, trộn bơ thái hạt lựu, cà chua bi cắt đôi, hành tím cắt nhỏ và dưa chuột thái hạt lựu.
b) Nêm salad với muối và hạt tiêu cho vừa ăn.
c) Trong một bát riêng, trộn cùng rau mùi tây cắt nhỏ, ngò, tỏi băm, giấm rượu vang đỏ, dầu ô liu, lá oregano khô và ớt đỏ để làm nước sốt chimichurri.
d) Đổ nước sốt chimichurri lên món salad bơ.
e) Nhẹ nhàng đảo salad để nước sốt chimichurri phủ lên các nguyên liệu.
f) Phục vụ ngay món salad bơ như một món ăn kèm hoặc bữa trưa nhẹ.

60. Salad mì Chimichurri

THÀNH PHẦN:

- 8 oz mì ống (chẳng hạn như penne hoặc rotini), nấu theo hướng dẫn trên bao bì
- 1 cốc cà chua bi, giảm một nửa
- 1/4 chén hành đỏ, thái nhỏ
- 1/4 cốc dưa chuột, thái hạt lựu
- Muối và hạt tiêu cho vừa ăn
- 1 chén mùi tây tươi, xắt nhỏ
- 1/4 chén ngò tươi, xắt nhỏ
- 3 tép tỏi, băm nhỏ
- 1/4 chén giấm rượu vang đỏ
- 1/2 chén dầu ô liu
- 1 thìa cà phê lá oregano khô
- 1/2 muỗng cà phê ớt đỏ (tùy chọn)

HƯỚNG DẪN:

a) Trong một tô trộn lớn, trộn mì ống đã nấu chín, cà chua bi cắt đôi, hành tím cắt nhỏ và dưa chuột thái hạt lựu.

b) Nêm salad mì ống với muối và hạt tiêu cho vừa ăn.

c) Trong một bát riêng, trộn cùng rau mùi tây cắt nhỏ, ngò, tỏi băm, giấm rượu vang đỏ, dầu ô liu, lá oregano khô và ớt đỏ để làm nước sốt chimichurri.

d) Đổ nước sốt chimichurri lên món salad mì ống.

e) Nhẹ nhàng đảo salad để nước sốt chimichurri phủ lên các nguyên liệu.

f) Phục vụ món salad mì ống ở nhiệt độ phòng hoặc ướp lạnh như một món ăn kèm ngon miệng hoặc một lựa chọn cho bữa ăn nhẹ.

61. Salad đâu đen Chimichurri

THÀNH PHẦN:

- 2 lon (mỗi 15 ounce) đậu đen, để ráo nước và rửa sạch
- 1 chén hạt ngô (tươi hoặc rã đông nếu đông lạnh)
- 1 quả ớt chuông đỏ, thái hạt lựu
- 1/4 chén hành đỏ, thái nhỏ
- Muối và hạt tiêu cho vừa ăn
- 1 chén mùi tây tươi, xắt nhỏ
- 1/4 chén ngò tươi, xắt nhỏ
- 3 tép tỏi, băm nhỏ
- 1/4 chén giấm rượu vang đỏ
- 1/2 chén dầu ô liu
- 1 thìa cà phê lá oregano khô
- 1/2 muỗng cà phê ớt đỏ (tùy chọn)

HƯỚNG DẪN:

a) Trong một tô trộn lớn, trộn đậu đen, hạt ngô, ớt chuông đỏ thái hạt lựu và hành đỏ cắt nhỏ.
b) Nêm salad đậu đen với muối và hạt tiêu cho vừa ăn.
c) Trong một bát riêng, trộn cùng rau mùi tây cắt nhỏ, ngò, tỏi băm, giấm rượu vang đỏ, dầu ô liu, lá oregano khô và ớt đỏ để làm nước sốt chimichurri.
d) Đổ nước sốt chimichurri lên món salad đậu đen.
e) Nhẹ nhàng đảo salad để nước sốt chimichurri phủ lên các nguyên liệu.
f) Để salad ướp trong tủ lạnh ít nhất 30 phút để hương vị hòa quyện.
g) Dùng salad đậu đen ướp lạnh, trang trí thêm rau mùi tây và ngò cắt nhỏ nếu muốn.

62. Salad dưa chuột Chimichurri

THÀNH PHẦN:

- 2 quả dưa chuột, thái lát mỏng
- Muối để nếm
- 1/4 chén hành đỏ, thái lát mỏng
- 1/4 cốc cà chua bi, cắt đôi
- 1/4 chén ô liu Kalamata, bỏ hạt và cắt đôi
- 1/4 chén phô mai feta, vụn
- 1 chén mùi tây tươi, xắt nhỏ
- 1/4 chén ngò tươi, xắt nhỏ
- 3 tép tỏi, băm nhỏ
- 1/4 chén giấm rượu vang đỏ
- 1/2 chén dầu ô liu
- 1 thìa cà phê lá oregano khô
- 1/2 muỗng cà phê ớt đỏ (tùy chọn)

HƯỚNG DẪN:

a) Đặt dưa chuột thái lát vào một cái chao và rắc muối. Để chúng trong khoảng 15 phút để giải phóng độ ẩm dư thừa, sau đó rửa sạch và lau khô bằng khăn giấy.

b) Trong một tô trộn lớn, trộn dưa chuột thái lát, hành đỏ thái mỏng, cà chua bi cắt đôi, ô liu Kalamata cắt đôi và phô mai feta vụn.

c) Trong một bát riêng, trộn cùng rau mùi tây cắt nhỏ, ngò, tỏi băm, giấm rượu vang đỏ, dầu ô liu, lá oregano khô và ớt đỏ để làm nước sốt chimichurri.

d) Đổ nước sốt chimichurri lên món salad dưa chuột.

e) Nhẹ nhàng đảo salad để nước sốt chimichurri phủ lên các nguyên liệu.

f) Để salad ướp trong tủ lạnh ít nhất 30 phút để hương vị hòa quyện.
g) Phục vụ salad dưa chuột ướp lạnh, trang trí thêm rau mùi tây và ngò xắt nhỏ nếu muốn.

63. Khoai tây nướng Chimichurri

THÀNH PHẦN:

- 2 lbs khoai tây non, giảm một nửa
- Muối và hạt tiêu cho vừa ăn
- 1 chén mùi tây tươi, xắt nhỏ
- 1/4 chén ngò tươi, xắt nhỏ
- 3 tép tỏi, băm nhỏ
- 1/4 chén giấm rượu vang đỏ
- 1/2 chén dầu ô liu
- 1 thìa cà phê lá oregano khô
- 1/2 muỗng cà phê ớt đỏ (tùy chọn)

HƯỚNG DẪN:

a) Làm nóng lò nướng của bạn ở nhiệt độ 400°F (200°C).
b) Đặt một nửa củ khoai tây non vào tô trộn lớn.
c) Rắc khoai tây với dầu ô liu và nêm muối và hạt tiêu cho vừa ăn.
d) Trộn khoai tây cho đến khi chúng được phủ đều dầu và gia vị.
e) Trải khoai tây thành một lớp duy nhất trên khay nướng.
f) Nướng khoai tây trong lò làm nóng trước trong 25-30 phút hoặc cho đến khi chúng vàng và giòn bên ngoài và mềm bên trong, khuấy đều giữa chừng.
g) Trong khi nướng khoai tây, hãy chuẩn bị nước sốt chimichurri. Trong một cái bát, trộn cùng rau mùi tây cắt nhỏ, ngò, tỏi băm, giấm rượu vang đỏ, dầu ô liu, lá oregano khô và ớt đỏ.
h) Sau khi nướng xong khoai tây, hãy chuyển chúng sang đĩa phục vụ.

i) Rưới nước sốt chimichurri lên khoai tây nướng.
j) Ăn nóng khoai tây, trang trí thêm rau mùi tây và ngò cắt nhỏ nếu muốn.

CHIMICHURRI VÀ GIA CẦM

64. Món gà Chimichurri với khoai lang

THÀNH PHẦN:
- 2 củ khoai lang
- 4 thìa thì là
- 1 quả chanh
- 2 tép tỏi
- $\frac{1}{4}$ oz mùi tây
- 4 oz cà chua nho
- Ức gà 12 oz
- 1 thìa mật ong
- 2 oz hỗn hợp rau xanh
- Muối
- Hạt tiêu
- Dầu ô liu

HƯỚNG DẪN:
KHOAI TAY NGỌT NƯỚNG:
a) Rửa và lau khô tất cả sản phẩm.
b) Làm nóng lò ở nhiệt độ 450°F (230°C).
c) Cắt khoai lang thành miếng dày $\frac{1}{2}$ inch.
d) Cho khoai lang lên khay nướng với một ít dầu ô liu và 1 thìa cà phê thì là. Nêm với muối và hạt tiêu.
e) Nướng trong lò cho đến khi mềm và giòn, khoảng 20-25 phút.

CHUẨN BỊ:
f) Cắt chanh thành từng phần tư.
g) Băm nhuyễn 1 tép tỏi và thái nhỏ mùi tây.
h) Cà chua nho cắt đôi.

LÀM CHIMICHURRI:

i) Trong một bát nhỏ, khuấy đều mùi tây, một nhúm tỏi, một vắt chanh, 3 muỗng canh dầu ô liu và ½ muỗng cà phê thì là. Nêm thật nhiều muối và hạt tiêu. Điều chỉnh tỏi và chanh cho vừa ăn.

GÀ BƯỚM:
j) Lau khô gà bằng khăn giấy.
k) Cắt từng miếng ức gà ở giữa, song song với thớt, dừng lại trước khi cắt hoàn toàn.
l) Mở từng ức gà như một cuốn sách và nêm muối, tiêu và thìa là còn lại vào.

NẤU GÀ VÀ MÓN SALAD:
m) Đun nóng một ít dầu ô liu trong chảo lớn trên lửa vừa cao.
n) Thêm thịt gà vào và nấu cho đến khi không còn màu hồng ở giữa, khoảng 3-4 phút mỗi mặt.
o) Trong khi đó, trong một tô lớn, trộn đều 1 thìa mật ong, một ít nước cốt chanh và một chút dầu ô liu. Thêm cà chua và rau xanh trộn vào rồi trộn đều. Nêm với muối và hạt tiêu.

PHỤC VỤ:
p) Chia thịt gà ra các đĩa và rưới thêm chimichurri.
q) Ăn kèm với khoai lang và salad bên cạnh.

65. Gà nướng Chủ Nhật sốt Chimichurri

THÀNH PHẦN:
CHO GÀ NƯỚNG
- 1 con gà nguyên con (3 đến 4 pound)
- 2 muỗng canh dầu ô liu
- ½ muỗng cà phê muối
- ½ thìa cà phê tiêu đen mới xay
- 4 tép tỏi
- 1 quả chanh

ĐỐI VỚI SỐT CHIMICHURRI
- 1 chén lá mùi tây tươi thái nhỏ
- 3 tép tỏi, băm nhỏ
- ½ chén dầu ô liu
- 3 muỗng canh giấm rượu vang đỏ
- 1 quả ớt đỏ nhỏ, bỏ hạt và băm nhỏ (hoặc 1 muỗng cà phê ớt đỏ)
- ¾ thìa cà phê lá oregano khô
- 1 thìa cà phê muối thô
- ½ thìa cà phê tiêu đen mới xay

HƯỚNG DẪN:
ĐỂ LÀM GÀ NƯỚNG

a) Làm nóng lò ở nhiệt độ 400°F.

b) Lấy lòng và cổ gà ra, loại bỏ bao bì và đặt chúng vào chảo rang. Ngay cả khi bạn không có ý định ăn chúng, những thứ này sẽ mang lại hương vị thơm ngon cho món kho.

c) Rửa sạch bên trong gà dưới vòi nước mát, lau khô bằng khăn giấy rồi cho vào chảo rang.

d) Xoa toàn bộ con gà với dầu ô liu, sau đó rắc muối và hạt tiêu lên từ trong ra ngoài.

e) Dùng mặt phẳng của dao đập nát tép tỏi và cắt đôi quả chanh. Nhét tất cả vào bụng gà.

f) Thêm một hoặc hai inch nước vào đáy chảo rang. Điều này sẽ đảm bảo gà ẩm và cho phép bạn nếm nước ép trong chảo mỗi nửa giờ nếu muốn.

g) Cho gà vào lò nướng và nướng trong 1 tiếng rưỡi. Da phải có màu nâu và giòn, nước ép phải trong. Cánh và chân phải lỏng lẻo nếu ngọ nguậy. Nếu bạn có nhiệt kế đo thịt, hãy dán nó vào phần thịt nhiều nhất của ức; nhiệt độ nên đăng ký 180°F.

h) Để gà nghỉ ít nhất 10 phút trước khi cắt để nước thấm vào thịt.

ĐỂ LÀM SỐT CHIMICHURRI

i) Trong khi nướng gà, trộn kỹ rau mùi tây, tỏi, dầu ô liu, giấm, ớt, lá oregano, muối và tiêu với nhau trong một cái bát. Rắc gà với nước sốt và/hoặc dùng làm đồ trang trí khi phục vụ.

66. Bát gà Chimichurri

THÀNH PHẦN:

- 4 đùi gà không xương, không da (khoảng 1 pound hoặc 455 g)
- 1 công thức Sốt Chimichurri (trang 19)
- 1 cốc (165 g) gạo lứt
- 2 cốc (470 ml) nước
- Muối Kosher và hạt tiêu đen mới xay
- 8 quả ớt piquillo
- 1 muỗng canh (15 ml) quả bơ hoặc dầu ô liu nguyên chất
- 1½ cốc (105 g) bắp cải đỏ thái nhỏ
- 2 quả bơ, gọt vỏ, bỏ hạt và thái lát mỏng
- Hạt bí ngô nướng

HƯỚNG DẪN:

a) Làm nóng lò ở nhiệt độ 425°F (220°C, hoặc vạch khí 7).

b) Cho gà vào tô lớn cùng với 2 thìa canh (30 ml) Nước sốt Chimichurri. Đảo đều để gà được phủ đều. Đậy nắp và ướp trong tủ lạnh ít nhất 1 giờ.

c) Cho gạo, nước và một chút muối vào nồi vừa và đun sôi. Giảm nhiệt xuống thấp, đậy nắp và nấu cho đến khi gạo mềm, khoảng 40 phút. Tắt bếp và đậy nắp hấp cơm trong 10 phút.

d) Trộn ớt với dầu, muối và hạt tiêu rồi trải đều một lớp lên một mặt của khay nướng có viền. Lấy đùi gà ra khỏi nước xốt và thêm vào mặt còn lại của khay nướng. Nướng trong 10 phút, sau đó lật ớt. Tiếp tục nướng cho đến khi gà chín và ớt có màu nâu nhạt, lâu hơn từ 10 đến 15 phút.

e) Khi dùng, chia cơm vào các bát. Phủ thịt gà, ớt nướng, bắp cải đỏ và bơ lên trên. Múc nước sốt Chimichurri còn lại lên trên và rắc hạt bí ngô nướng.

67. Ức gà Chimichurri

THÀNH PHẦN:

- 4 miếng ức gà không xương, không da
- Muối và hạt tiêu cho vừa ăn
- 1 chén mùi tây tươi, xắt nhỏ
- 1/4 chén ngò tươi, xắt nhỏ
- 3 tép tỏi, băm nhỏ
- 1/4 chén giấm rượu vang đỏ
- 1/2 chén dầu ô liu
- 1 thìa cà phê lá oregano khô
- 1/2 muỗng cà phê ớt đỏ (tùy chọn)

HƯỚNG DẪN:

a) Làm nóng lò nướng của bạn ở nhiệt độ 375°F (190°C).

b) Ướp ức gà với muối và hạt tiêu.

c) Trong một cái bát, trộn cùng rau mùi tây cắt nhỏ, ngò, tỏi băm, giấm rượu vang đỏ, dầu ô liu, lá oregano khô và ớt đỏ để làm nước sốt chimichurri.

d) Đặt ức gà vào đĩa nướng và phết một lượng lớn nước sốt chimichurri lên mỗi ức, chừa lại một ít để phục vụ.

e) Nướng trong lò làm nóng trước trong 25-30 phút hoặc cho đến khi gà chín và không còn màu hồng ở giữa.

f) Lấy ra khỏi lò và để yên trong vài phút trước khi dùng.

g) Ăn nóng ức gà chimichurri, rưới thêm nước sốt chimichurri lên trên.

68. Thịt viên Thổ Nhĩ Kỳ Chimichurri

THÀNH PHẦN:

- 1 lb gà tây xay
- 1/2 chén vụn bánh mì
- 1/4 chén phô mai Parmesan bào
- 1 quả trứng
- Muối và hạt tiêu cho vừa ăn
- 1 chén mùi tây tươi, xắt nhỏ
- 1/4 chén ngò tươi, xắt nhỏ
- 3 tép tỏi, băm nhỏ
- 1/4 chén giấm rượu vang đỏ
- 1/2 chén dầu ô liu
- 1 thìa cà phê lá oregano khô
- 1/2 muỗng cà phê ớt đỏ (tùy chọn)

HƯỚNG DẪN:

a) Làm nóng lò nướng của bạn ở nhiệt độ 375°F (190°C) và lót khay nướng bằng giấy da.

b) Trong một tô lớn, trộn gà tây xay, vụn bánh mì, phô mai Parmesan, trứng, muối và tiêu. Trộn cho đến khi kết hợp tốt.

c) Lăn hỗn hợp thành từng viên thịt và đặt chúng lên khay nướng đã chuẩn bị sẵn.

d) Trong một bát riêng, trộn cùng rau mùi tây cắt nhỏ, ngò, tỏi băm, giấm rượu vang đỏ, dầu ô liu, lá oregano khô và ớt đỏ để làm nước sốt chimichurri.

e) Quét nước sốt chimichurri lên thịt viên, chừa lại một ít để dùng.

f) Nướng trong lò làm nóng trước trong 20-25 phút hoặc cho đến khi thịt viên chín.

g) Lấy ra khỏi lò và để nguội trong vài phút trước khi dùng.

h) Ăn nóng thịt viên gà tây chimichurri, có thêm nước sốt chimichurri bên cạnh để chấm.

69. Gà xiên nướng Chimichurri

THÀNH PHẦN:

- 1 lb đùi gà không xương, không da, cắt thành miếng vừa ăn
- Muối và hạt tiêu cho vừa ăn
- 1 chén mùi tây tươi, xắt nhỏ
- 1/4 chén ngò tươi, xắt nhỏ
- 3 tép tỏi, băm nhỏ
- 1/4 chén giấm rượu vang đỏ
- 1/2 chén dầu ô liu
- 1 thìa cà phê lá oregano khô
- 1/2 muỗng cà phê ớt đỏ (tùy chọn)

HƯỚNG DẪN:

a) Ướp miếng đùi gà với muối và tiêu.
b) Trong một cái bát, trộn cùng rau mùi tây cắt nhỏ, ngò, tỏi băm, giấm rượu vang đỏ, dầu ô liu, lá oregano khô và ớt đỏ để làm nước sốt chimichurri.
c) Xiên các miếng thịt gà vào xiên.
d) Làm nóng lò nướng của bạn ở nhiệt độ trung bình cao.
e) Nướng xiên gà trong 4-5 phút mỗi mặt hoặc cho đến khi chín đều và không còn màu hồng ở giữa.
f) Lấy ra khỏi vỉ nướng và để chúng nghỉ vài phút trước khi dùng.
g) Dùng nóng xiên gà nướng chimichurri, có thêm nước sốt chimichurri bên cạnh để chấm.

70. Ức gà nhồi Chimichurri

THÀNH PHẦN:
- 4 miếng ức gà không xương, không da
- Muối và hạt tiêu cho vừa ăn
- 1 chén mùi tây tươi, xắt nhỏ
- 1/4 chén ngò tươi, xắt nhỏ
- 3 tép tỏi, băm nhỏ
- 1/4 chén giấm rượu vang đỏ
- 1/2 chén dầu ô liu
- 1 thìa cà phê lá oregano khô
- 1/2 muỗng cà phê ớt đỏ (tùy chọn)
- 4 lát phô mai mozzarella
- 1/4 cốc cà chua phơi nắng, cắt nhỏ

HƯỚNG DẪN:
a) Làm nóng lò nướng của bạn ở nhiệt độ 375°F (190°C).
b) Ướp ức gà với muối và hạt tiêu.
c) Trong một cái bát, trộn cùng rau mùi tây cắt nhỏ, ngò, tỏi băm, giấm rượu vang đỏ, dầu ô liu, lá oregano khô và ớt đỏ để làm nước sốt chimichurri.
d) Rải từng ức gà bằng cách cắt ngang ở giữa, cẩn thận không cắt xuyên suốt. Mở mỗi bên ngực như một cuốn sách.
e) Đặt một lát phô mai mozzarella và một thìa cà chua phơi nắng cắt nhỏ lên một nửa ức gà. Gấp nửa còn lại lại để bọc phần nhân.
f) Đặt ức gà nhồi vào đĩa nướng và phết một lượng lớn nước sốt chimichurri lên mỗi ức, chừa lại một ít để phục vụ.

g) Nướng trong lò làm nóng trước trong 25-30 phút hoặc cho đến khi gà chín và không còn màu hồng ở giữa.

h) Lấy ra khỏi lò và để chúng nghỉ vài phút trước khi dùng.

i) Ăn nóng ức gà nhồi chimichurri, với thêm nước sốt chimichurri ở trên.

CHIMICHURRI VÀ THỊT

71. Đĩa rau nướng Chimichurri

THÀNH PHẦN:

- Các loại rau để nướng (như ớt chuông, bí xanh, cà tím, nấm và măng tây)
- Muối và hạt tiêu cho vừa ăn
- 1 chén mùi tây tươi, xắt nhỏ
- 1/4 chén ngò tươi, xắt nhỏ
- 3 tép tỏi, băm nhỏ
- 1/4 chén giấm rượu vang đỏ
- 1/2 chén dầu ô liu
- 1 thìa cà phê lá oregano khô
- 1/2 muỗng cà phê ớt đỏ (tùy chọn)

HƯỚNG DẪN:

a) Làm nóng lò nướng của bạn ở nhiệt độ trung bình cao.
b) Cắt rau thành miếng lớn.
c) Nêm rau với muối và hạt tiêu.
d) Trong một cái bát, trộn cùng rau mùi tây cắt nhỏ, ngò, tỏi băm, giấm rượu vang đỏ, dầu ô liu, lá oregano khô và ớt đỏ để làm nước sốt chimichurri.
e) Nướng rau trong 5-8 phút, thỉnh thoảng xoay cho đến khi chúng mềm và cháy nhẹ.
f) Xếp các loại rau củ nướng ra đĩa.
g) Rưới nước sốt chimichurri lên rau củ nướng.
h) Phục vụ đĩa rau nóng, với thêm nước sốt chimichurri bên cạnh.

72. Thịt ức nướng sốt Chimichurri

THÀNH PHẦN:
- 4-5 pound thịt ức bò
- Muối và hạt tiêu cho vừa ăn

CHIMICHURRI SAUCE:
- 1 chén mùi tây tươi, thái nhỏ
- 1/4 chén ngò tươi, thái nhỏ
- 4 tép tỏi, băm nhỏ
- 1/4 chén giấm rượu vang đỏ
- 1/4 chén dầu ô liu
- 1 thìa cà phê lá oregano khô
- Muối và hạt tiêu cho vừa ăn

HƯỚNG DẪN:
a) Làm nóng lò nướng của bạn ở mức lửa vừa.
b) Nêm ức với muối và hạt tiêu.
c) Trong một cái bát, trộn tất cả các nguyên liệu làm nước sốt chimichurri và trộn đều.
d) Đặt miếng ức đã tẩm gia vị lên vỉ nướng và đóng nắp lại.
e) Nướng trong khoảng 1,5 đến 2 giờ mỗi pound hoặc cho đến khi nhiệt độ bên trong đạt khoảng 195°F (90°C) đến 203°F (95°C) và ức mềm.
f) Lấy ức ra khỏi vỉ nướng và để yên trong ít nhất 30 phút.
g) Cắt ức theo thớ.
h) Rưới nước sốt chimichurri lên thịt ức hoặc dùng kèm với nước sốt.
i) Phục vụ món ức nướng với sốt chimichurri.

73. Bít tết nướng chanh leo Chimichurri

THÀNH PHẦN:
- 2 miếng bít tết sườn hoặc thịt thăn
- Muối và hạt tiêu cho vừa ăn
- Nước ép của 2 trái chanh dây
- 2 muỗng canh dầu ô liu
- 2 muỗng canh giấm rượu vang đỏ
- 1 chén lá mùi tây tươi, xắt nhỏ
- 3 tép tỏi, băm nhỏ
- 1 thìa cà phê lá oregano khô

HƯỚNG DẪN:
a) Làm nóng lò nướng ở nhiệt độ trung bình cao.
b) Nêm bít tết với muối và hạt tiêu.
c) Trong một tô nhỏ, trộn đều nước ép chanh dây, dầu ô liu, giấm rượu vang đỏ, rau mùi tây cắt nhỏ, tỏi băm và lá oregano khô để làm sốt chimichurri.
d) Nướng bít tết trong 4-5 phút mỗi mặt hoặc đến mức độ chín mà bạn mong muốn.
e) Lấy bít tết ra khỏi vỉ nướng và để chúng nghỉ trong vài phút.
f) Cắt miếng bít tết và rưới nước sốt chimichurri chanh dây lên trên.
g) Ăn kèm với khoai tây nướng hoặc salad ăn kèm.

74. Bát Taco thịt cừu và súp lơ nướng Với Chimichurri

THÀNH PHẦN:

- 8 củ cải, thái lát mỏng
- ½ cốc (120 ml) giấm trắng
- 2½ cốc (590 ml) nước, chia đều
- Muối Kosher và hạt tiêu đen mới xay
- ½ đầu súp lơ, cắt thành những bông hoa nhỏ (khoảng 3 cốc hoặc 400 g) 2 thìa canh (30 ml) bơ hoặc dầu ô liu nguyên chất, chia đều
- 1 thìa cà phê (2 g) thì là xay 1 thìa cà phê (2 g) bột tỏi
- ½ muỗng cà phê ớt đỏ
- ¾ cốc (125 g) freekeh nứt
- 1 pound (455 g) thịt cừu tròn, cắt thành khối 1 inch (2,5 cm)
- 1 muỗng cà phê (2 g) ớt bột xông khói
- 2 bơ gọt vỏ, bỏ hột và thái lát mỏng
- 1 công thức sốt Chimichurri
- Hạt bí ngô nướng

HƯỚNG DẪN

a) Làm nóng lò ở nhiệt độ 400°F (200°C, hoặc vạch khí 6).

b) Thêm củ cải thái lát vào tô vừa. Cho giấm, ½ cốc (120 ml) nước và ½ thìa muối vào nồi đun sôi, khuấy đều cho muối tan. Đổ chất lỏng nóng lên củ cải; để qua một bên. Rửa sạch chảo.

c) Trộn súp lơ với 1 thìa canh (15 ml) dầu, thì là, bột tỏi, ớt đỏ, muối và tiêu. Xếp thành một lớp duy nhất trên khay nướng có viền. Nướng cho đến khi mềm và có màu nâu nhạt, khoảng 20 phút, khuấy nửa chừng một lần.

d) Trong khi đó, trộn freekeh, 2 cốc (470 ml) nước còn lại và một chút muối vào nồi vừa. Đun sôi, sau đó giảm nhiệt xuống thấp và đun nhỏ lửa trong 15 phút, thỉnh thoảng khuấy cho đến khi tất cả chất lỏng đã được hấp thụ và freekeh mềm. Tắt bếp, đậy nắp lại và hấp trong khoảng 5 phút.

e) Thấm khô thịt cừu hoàn toàn rồi rắc ớt bột, muối và tiêu lên trên. Đun nóng 1 muỗng canh (15 ml) dầu còn lại trong chảo lớn trên lửa cao cho đến khi thật nóng nhưng chưa bốc khói. Áp chảo thịt cừu trong 2 phút mỗi mặt.

f) Xả chất lỏng từ củ cải. Để phục vụ, hãy chia freekeh vào các bát. Phủ súp lơ nướng, thịt cừu và bơ lên trên.

g) Rắc nước sốt Chimichurri và rắc hạt bí ngô.

75. Bít tết nướng Chimichurri

THÀNH PHẦN:

- 4 miếng thịt bò bít tết (chẳng hạn như sườn hoặc thịt thăn), dày khoảng 1 inch
- Muối và hạt tiêu cho vừa ăn
- 1 chén mùi tây tươi, xắt nhỏ
- 1/4 chén ngò tươi, xắt nhỏ
- 3 tép tỏi, băm nhỏ
- 1/4 chén giấm rượu vang đỏ
- 1/2 chén dầu ô liu
- 1 thìa cà phê lá oregano khô
- 1/2 muỗng cà phê ớt đỏ (tùy chọn)

HƯỚNG DẪN:

a) Làm nóng lò nướng của bạn ở nhiệt độ trung bình cao.
b) Nêm bít tết với muối và hạt tiêu.
c) Trong một cái bát, trộn cùng rau mùi tây cắt nhỏ, ngò, tỏi băm, giấm rượu vang đỏ, dầu ô liu, lá oregano khô và ớt đỏ để làm nước sốt chimichurri.
d) Nướng bít tết trong 4-5 phút mỗi mặt đối với thịt tái vừa hoặc lâu hơn tùy theo mức độ chín mà bạn mong muốn.
e) Lấy bít tết ra khỏi vỉ nướng và để chúng nghỉ trong vài phút.
f) Cắt miếng bít tết nướng theo thớ và dùng nóng, rưới nước sốt chimichurri.

76. Sườn lợn nướng Chimichurri

THÀNH PHẦN:

- 4 miếng sườn heo rút xương
- Muối và hạt tiêu cho vừa ăn
- 1 chén mùi tây tươi, xắt nhỏ
- 1/4 chén ngò tươi, xắt nhỏ
- 3 tép tỏi, băm nhỏ
- 1/4 chén giấm rượu vang đỏ
- 1/2 chén dầu ô liu
- 1 thìa cà phê lá oregano khô
- 1/2 muỗng cà phê ớt đỏ (tùy chọn)

HƯỚNG DẪN:

a) Làm nóng lò nướng của bạn ở nhiệt độ trung bình cao.

b) Nêm sườn heo với muối và hạt tiêu.

c) Trong một cái bát, trộn cùng rau mùi tây cắt nhỏ, ngò, tỏi băm, giấm rượu vang đỏ, dầu ô liu, lá oregano khô và ớt đỏ để làm nước sốt chimichurri.

d) Nướng sườn heo trong 5-6 phút mỗi mặt hoặc cho đến khi nhiệt độ bên trong đạt 145°F (63°C).

e) Lấy sườn heo ra khỏi vỉ nướng và để chúng nghỉ trong vài phút.

f) Ăn sườn heo nướng nóng, phủ một thìa nước sốt chimichurri lên trên.

77. Sườn cừu nướng Chimichurri

THÀNH PHẦN:

- 8 miếng sườn cừu
- Muối và hạt tiêu cho vừa ăn
- 1 chén mùi tây tươi, xắt nhỏ
- 1/4 chén ngò tươi, xắt nhỏ
- 3 tép tỏi, băm nhỏ
- 1/4 chén giấm rượu vang đỏ
- 1/2 chén dầu ô liu
- 1 thìa cà phê lá oregano khô
- 1/2 muỗng cà phê ớt đỏ (tùy chọn)

HƯỚNG DẪN:

a) Làm nóng lò nướng của bạn ở nhiệt độ trung bình cao.
b) Nêm sườn cừu với muối và hạt tiêu.
c) Trong một cái bát, trộn cùng rau mùi tây cắt nhỏ, ngò, tỏi băm, giấm rượu vang đỏ, dầu ô liu, lá oregano khô và ớt đỏ để làm nước sốt chimichurri.
d) Nướng sườn cừu trong 3-4 phút mỗi mặt ở mức chín vừa hoặc lâu hơn tùy theo mức độ chín mà bạn mong muốn.
e) Lấy sườn cừu ra khỏi vỉ nướng và để chúng nghỉ trong vài phút.
f) Ăn nóng sườn cừu nướng, phủ một thìa nước sốt chimichurri lên trên.

78. Mắt sườn Chimichurri California

THÀNH PHẦN:
- 2 miếng sườn mắt bít tết
- 1/4 chén nước sốt pesto
- 2 muỗng canh phô mai Parmesan cắt nhỏ
- 1 muỗng canh dầu ô liu

SỐT LÁ HÚNG
- 2 chén lá húng quế, đóng gói
- 1/2 chén phô mai Romano bào
- 1/2 chén dầu ô liu nguyên chất
- 1/3 chén hạt thông
- 3 tép tỏi cỡ vừa, băm nhỏ
- muối và tiêu đen xay

HƯỚNG DẪN:
a) Đặt vỉ nướng của bạn ở lửa vừa và bôi nhẹ lên vỉ nướng.

b) Đối với pesto: cho hạt thông, húng quế và tỏi vào máy xay sinh tố rồi xay cho đến khi thái nhỏ.

c) Trong khi động cơ đang chạy, từ từ thêm dầu và xung cho đến khi kết hợp tốt. Thêm phô mai Romano, một chút muối và hạt tiêu đen vào rồi xay cho đến khi hòa quyện.

d) Chuyển pesto vào tô. Thêm phô mai Parmesan và trộn đều. Dùng một con dao sắc, rạch một đường ngang bên trong mỗi miếng thịt bò để tạo thành một cái túi.

e) Đổ đều hỗn hợp pesto vào bên trong túi của từng miếng bít tết và dùng ngón tay ấn túi để đóng lại.

f) Rưới dầu đều vào từng túi.

g) Sắp xếp các túi bít tết trên vỉ nướng cách bộ phận làm nóng khoảng 4-5 inch.
h) Đậy nắp và nướng trên vỉ khoảng 6-7 phút mỗi mặt.
i) Lấy bít tết ra khỏi vỉ nướng và đặt lên thớt.
j) Cắt từng miếng thành dải dày và thưởng thức.

CHIMICHURRI VÀ RAU CỦ

79. Rau củ nướng Chimichurri

THÀNH PHẦN:

- 2 củ hẹ vừa, cắt làm tư
- 3 tép tỏi, nghiền nát
- 1/3 chén lá mùi tây tươi
- 1/4 chén lá húng quế tươi
- 2 muỗng cà phê húng tây tươi
- 1/2 thìa cà phê muối
- 1/4 thìa cà phê tiêu đen mới xay
- 2 thìa nước cốt chanh tươi
- 1/2 chén dầu ô liu
- 1 củ hành đỏ vừa, cắt đôi theo chiều dọc, sau đó cắt làm tư
- 1 củ khoai lang vừa, gọt vỏ và cắt thành lát 1/2 inch
- bí xanh nhỏ, cắt theo đường chéo thành lát dày 1/2 inch
- chuối chín, cắt đôi theo chiều dọc rồi cắt làm đôi theo chiều ngang

HƯỚNG DẪN:

a) Làm nóng lò nướng trước. Trong máy xay sinh tố hoặc máy chế biến thực phẩm, trộn hẹ và tỏi rồi xay cho đến khi băm nhỏ. Thêm rau mùi tây, húng quế, húng tây, muối, hạt tiêu và xay cho đến khi băm nhuyễn. Thêm nước cốt chanh và dầu ô liu vào và xay cho đến khi hòa quyện.

b) Chuyển sang một cái bát nhỏ.

c) Rưới nước sốt Chimichurri lên rau và đặt chúng lên vỉ nướng.

d) Xoay rau theo thứ tự giống như bạn đặt chúng lên vỉ nướng. Rắc thêm nước sốt Chimichurri lên rau và tiếp tục nướng cho đến khi rau mềm, khoảng 10 đến 15 phút cho mọi thứ trừ chuối, nên nướng trong khoảng 7 phút.

e) Ăn nóng, rưới nước sốt còn lại.

80. Pizza rừng vị xanh nhẹ

THÀNH PHẦN:

- 1 miếng bánh pizza
- ½ cốc chimichurri
- ½ cốc phô mai thuần chay tươi, đông lạnh một phần và bào nhỏ
- 4 ounce nấm cremini, thái lát
- 2 ounce bông cải xanh
- 1½ cốc rau arugula
- ⅓ cốc phô mai thuần chay bào
- Microgreen trộn nhẹ

HƯỚNG DẪN:

a) Phủ vỏ bánh pizza bằng bột ngô hoặc bột báng. Bạn cần phủ bụi lên vỏ bánh pizza nhiều hơn mức bạn nghĩ để tránh bị dính, khiến bánh pizza của bạn sẽ trượt xuống đá pizza.
b) Đặt sang một bên.
c) Khi đã sẵn sàng tạo hình bột và làm bánh pizza, hãy làm nóng lò nướng bằng đá pizza.
d) Đặt đá vào phần dưới của lò nướng và làm nóng trước ở nhiệt độ 500°.
e) Khi lò của tôi đã được làm nóng trước, hãy đặt hẹn giờ trong 30 phút.
f) Chuyển bột bánh pizza sang một bề mặt đã được rải đầy bột mì.
g) Kéo căng nó thành hình chiếc bánh pizza hoặc trước tiên bạn có thể chia nó làm đôi để làm hai chiếc bánh pizza riêng biệt. Những chiếc pizza nhỏ hơn sẽ dễ dàng chuyển từ vỏ sang đá pizza hơn.

h) Hãy chắc chắn để lại một vành hoặc cạnh "vỏ".
i) Chuyển bột sang vỏ đã chuẩn bị.
j) Múc một thìa và phết chimichurri lên giữa bánh pizza. Phủ hầu hết phô mai thuần chay lên trên. Sau đó phủ nấm cremini thái lát và hoa bông cải xanh lên trên.
k) Nướng trong 6 đến 9 phút. Hoặc cho đến khi vỏ bánh vàng, phô mai tan chảy và bông cải xanh và nấm mềm. Tôi xoay chiếc bánh pizza giữa chừng khi nướng.
l) Loại bỏ và cắt lát. Phủ lên trên một lớp rau arugula, thêm phô mai, hạt tiêu đen và các loại rau xanh.

81. Salad rau củ nướng Chimichurri

THÀNH PHẦN:
- Các loại rau để nướng (như ớt chuông, bí xanh, cà tím và cà chua bi)
- Muối và hạt tiêu cho vừa ăn
- 1 chén mùi tây tươi, xắt nhỏ
- 1/4 chén ngò tươi, xắt nhỏ
- 3 tép tỏi, băm nhỏ
- 1/4 chén giấm rượu vang đỏ
- 1/2 chén dầu ô liu
- 1 thìa cà phê lá oregano khô
- 1/2 muỗng cà phê ớt đỏ (tùy chọn)

HƯỚNG DẪN:
a) Làm nóng lò nướng của bạn ở nhiệt độ trung bình cao.
b) Cắt rau thành miếng vừa ăn và nêm muối và hạt tiêu.
c) Nướng rau cho đến khi mềm và có vết nướng, khoảng 5 - 7 phút, thỉnh thoảng lật.
d) Trong khi nướng rau, hãy chuẩn bị nước sốt chimichurri. Trong một cái bát, trộn cùng rau mùi tây cắt nhỏ, ngò, tỏi băm, giấm rượu vang đỏ, dầu ô liu, lá oregano khô và ớt đỏ. Nêm muối và hạt tiêu cho vừa ăn.
e) Chuyển rau nướng vào đĩa phục vụ và rưới nước sốt chimichurri.
f) Đảo nhẹ nhàng để rau thấm nước sốt.
g) Phục vụ salad rau nướng ấm hoặc ở nhiệt độ phòng.

82. Đậu hủ nướng Chimichurri

THÀNH PHẦN:
- 1 khối (14 oz) đậu hũ siêu cứng, để ráo nước và ép
- Muối và hạt tiêu cho vừa ăn
- 1 chén mùi tây tươi, xắt nhỏ
- 1/4 chén ngò tươi, xắt nhỏ
- 3 tép tỏi, băm nhỏ
- 1/4 chén giấm rượu vang đỏ
- 1/2 chén dầu ô liu
- 1 thìa cà phê lá oregano khô
- 1/2 muỗng cà phê ớt đỏ (tùy chọn)

HƯỚNG DẪN:
a) Làm nóng lò nướng của bạn ở nhiệt độ trung bình cao.
b) Cắt đậu phụ ép thành lát.
c) Nêm các lát đậu phụ với muối và hạt tiêu.
d) Trong một cái bát, trộn cùng rau mùi tây cắt nhỏ, ngò, tỏi băm, giấm rượu vang đỏ, dầu ô liu, lá oregano khô và ớt đỏ để làm nước sốt chimichurri.
e) Nướng các lát đậu phụ trong 4-5 phút mỗi mặt hoặc cho đến khi chúng có màu vàng và xuất hiện các vết nướng.
f) Lấy đậu phụ ra khỏi vỉ nướng và phết chúng với nước sốt chimichurri.
g) Ăn nóng đậu phụ nướng, có thêm sốt chimichurri bên cạnh.

83. Rau xiên nướng Chimichurri

THÀNH PHẦN:

- Các loại rau để xiên (chẳng hạn như cà chua bi, ớt chuông, nấm và bí xanh)
- Muối và hạt tiêu cho vừa ăn
- 1 chén mùi tây tươi, xắt nhỏ
- 1/4 chén ngò tươi, xắt nhỏ
- 3 tép tỏi, băm nhỏ
- 1/4 chén giấm rượu vang đỏ
- 1/2 chén dầu ô liu
- 1 thìa cà phê lá oregano khô
- 1/2 muỗng cà phê ớt đỏ (tùy chọn)

HƯỚNG DẪN:

a) Làm nóng lò nướng của bạn ở nhiệt độ trung bình cao.
b) Cắt rau thành miếng vừa ăn.
c) Xiên các loại rau vào xiên, xen kẽ các loại khác nhau cho đa dạng.
d) Nêm xiên với muối và hạt tiêu.
e) Trong một cái bát, trộn cùng rau mùi tây cắt nhỏ, ngò, tỏi băm, giấm rượu vang đỏ, dầu ô liu, lá oregano khô và ớt đỏ để làm nước sốt chimichurri.
f) Nướng xiên rau trong 8-10 phút, thỉnh thoảng quay cho đến khi rau mềm và hơi cháy.
g) Lấy xiên ra khỏi vỉ nướng và phết nước sốt chimichurri lên chúng.
h) Dùng nóng xiên rau củ nướng, rưới thêm sốt chimichurri bên cạnh.

84. Nấm Portobello nướng Chimichurri

THÀNH PHẦN:

- 4 cây nấm portobello lớn
- Muối và hạt tiêu cho vừa ăn
- 1 chén mùi tây tươi, xắt nhỏ
- 1/4 chén ngò tươi, xắt nhỏ
- 3 tép tỏi, băm nhỏ
- 1/4 chén giấm rượu vang đỏ
- 1/2 chén dầu ô liu
- 1 thìa cà phê lá oregano khô
- 1/2 muỗng cà phê ớt đỏ (tùy chọn)

HƯỚNG DẪN:

a) Làm nóng lò nướng của bạn ở nhiệt độ trung bình cao.

b) Loại bỏ thân nấm portobello và nhẹ nhàng cạo mang bằng thìa.

c) Nêm nấm với muối và hạt tiêu.

d) Trong một cái bát, trộn cùng rau mùi tây cắt nhỏ, ngò, tỏi băm, giấm rượu vang đỏ, dầu ô liu, lá oregano khô và ớt đỏ để làm nước sốt chimichurri.

e) Quét sốt chimichurri lên cả hai mặt nấm.

f) Nướng nấm trong 4-5 phút mỗi mặt hoặc cho đến khi nấm mềm và cháy nhẹ.

g) Lấy nấm ra khỏi vỉ nướng và dùng nóng, rưới thêm sốt chimichurri nếu muốn.

85. Ớt chuông nhồi Chimichurri

THÀNH PHẦN:
- 4 quả ớt chuông (bất kỳ màu nào), cắt đôi và bỏ hạt
- Muối và hạt tiêu cho vừa ăn
- 1 chén quinoa hoặc cơm nấu chín
- 1 cốc cà chua bi, giảm một nửa
- 1/2 chén đậu đen, để ráo nước và rửa sạch
- 1/4 chén hạt ngô (tươi hoặc đông lạnh)
- 1/4 chén hành đỏ thái hạt lựu
- 1 chén mùi tây tươi, xắt nhỏ
- 1/4 chén ngò tươi, xắt nhỏ
- 3 tép tỏi, băm nhỏ
- 1/4 chén giấm rượu vang đỏ
- 1/2 chén dầu ô liu
- 1 thìa cà phê lá oregano khô
- 1/2 muỗng cà phê ớt đỏ (tùy chọn)

HƯỚNG DẪN:
a) Làm nóng lò nướng của bạn ở nhiệt độ 375°F (190°C).
b) Đặt hai nửa quả ớt chuông vào khay nướng, cắt mặt hướng lên trên.
c) Nêm ớt chuông với muối và hạt tiêu.
d) Trong một tô lớn, trộn quinoa hoặc cơm đã nấu chín, cà chua bi, đậu đen, hạt ngô và hành đỏ thái hạt lựu.
e) Trong một bát riêng, trộn cùng rau mùi tây cắt nhỏ, ngò, tỏi băm, giấm rượu vang đỏ, dầu ô liu, lá oregano khô và ớt đỏ để làm nước sốt chimichurri.
f) Đổ nước sốt chimichurri lên hỗn hợp quinoa hoặc gạo và trộn đều.

g) Đổ hỗn hợp quinoa hoặc gạo vào từng nửa quả ớt chuông cho đến khi đầy.

h) Đậy đĩa nướng bằng giấy bạc và nướng trong lò làm nóng trước trong 25-30 phút hoặc cho đến khi ớt chuông mềm.

i) Lấy ra khỏi lò và để nguội trong vài phút trước khi dùng.

j) Ăn nóng ớt chuông nhồi chimichurri, trang trí thêm rau mùi tây cắt nhỏ nếu muốn.

86. Thuyền bí ngòi nhồi Chimichurri

THÀNH PHẦN:

- 4 quả bí lớn
- Muối và hạt tiêu cho vừa ăn
- 1 chén quinoa hoặc cơm nấu chín
- 1 cốc cà chua bi, giảm một nửa
- 1/2 chén đậu đen, để ráo nước và rửa sạch
- 1/4 chén hạt ngô (tươi hoặc đông lạnh)
- 1/4 chén hành đỏ thái hạt lựu
- 1 chén mùi tây tươi, xắt nhỏ
- 1/4 chén ngò tươi, xắt nhỏ
- 3 tép tỏi, băm nhỏ
- 1/4 chén giấm rượu vang đỏ
- 1/2 chén dầu ô liu
- 1 thìa cà phê lá oregano khô
- 1/2 muỗng cà phê ớt đỏ (tùy chọn)

HƯỚNG DẪN:

a) Làm nóng lò nướng của bạn ở nhiệt độ 375°F (190°C).

b) Cắt bí xanh làm đôi theo chiều dọc và múc lấy phần thịt để tạo phần rỗng ở giữa.

c) Đặt hai nửa bí ngòi vào khay nướng, cắt mặt hướng lên trên.

d) Nêm nửa quả bí xanh với muối và hạt tiêu.

e) Trong một tô lớn, trộn quinoa hoặc cơm đã nấu chín, cà chua bi, đậu đen, hạt ngô và hành đỏ thái hạt lựu.

f) Trong một bát riêng, trộn cùng rau mùi tây cắt nhỏ, ngò, tỏi băm, giấm rượu vang đỏ, dầu ô liu, lá oregano khô và ớt đỏ để làm nước sốt chimichurri.

g) Đổ nước sốt chimichurri lên hỗn hợp quinoa hoặc gạo và trộn đều.

h) Múc hỗn hợp quinoa hoặc gạo vào từng nửa quả bí cho đến khi đầy.

i) Đậy đĩa nướng bằng giấy bạc và nướng trong lò làm nóng trước trong 25-30 phút hoặc cho đến khi bí xanh mềm.

j) Lấy ra khỏi lò và để nguội trong vài phút trước khi dùng.

k) Phục vụ món thuyền bí xanh nhồi chimichurri nóng, trang trí thêm rau mùi tây cắt nhỏ nếu muốn.

87. Bít tết súp lơ Chimichurri

THÀNH PHẦN:

- 1 đầu súp lơ lớn
- Muối và hạt tiêu cho vừa ăn
- 1 chén mùi tây tươi, xắt nhỏ
- 1/4 chén ngò tươi, xắt nhỏ
- 3 tép tỏi, băm nhỏ
- 1/4 chén giấm rượu vang đỏ
- 1/2 chén dầu ô liu
- 1 thìa cà phê lá oregano khô
- 1/2 muỗng cà phê ớt đỏ (tùy chọn)

HƯỚNG DẪN:

a) Làm nóng lò nướng của bạn ở nhiệt độ 425°F (220°C).

b) Loại bỏ các lá khỏi súp lơ và cắt bớt phần đầu của thân cây để nó nằm phẳng.

c) Cắt súp lơ thành lát dày 1 inch để tạo thành "bít tết".

d) Đặt bít tết súp lơ lên khay nướng có lót giấy da.

e) Nêm bít tết súp lơ với muối và hạt tiêu.

f) Trong một cái bát, trộn cùng rau mùi tây cắt nhỏ, ngò, tỏi băm, giấm rượu vang đỏ, dầu ô liu, lá oregano khô và ớt đỏ để làm nước sốt chimichurri.

g) Quét nước sốt chimichurri lên bít tết súp lơ, chừa lại một ít để phục vụ.

h) Nướng trong lò làm nóng trước trong 25-30 phút hoặc cho đến khi súp lơ mềm và có màu caramen, lật nửa chừng.

i) Lấy ra khỏi lò và để chúng nguội trong vài phút.

j) Phục vụ bít tết súp lơ chimichurri nóng, rưới thêm nước sốt chimichurri.

88. Măng tây nướng Chimichurri

THÀNH PHẦN:
- 1 bó măng tây, cắt bỏ phần đầu cứng
- Muối và hạt tiêu cho vừa ăn
- 1 chén mùi tây tươi, xắt nhỏ
- 1/4 chén ngò tươi, xắt nhỏ
- 3 tép tỏi, băm nhỏ
- 1/4 chén giấm rượu vang đỏ
- 1/2 chén dầu ô liu
- 1 thìa cà phê lá oregano khô
- 1/2 muỗng cà phê ớt đỏ (tùy chọn)

HƯỚNG DẪN:
a) Làm nóng lò nướng của bạn ở nhiệt độ trung bình cao.
b) Đặt các ngọn măng tây lên khay nướng và rưới dầu ô liu lên. Nêm với muối và hạt tiêu.
c) Nướng các ngọn măng tây trong 3-4 phút mỗi mặt hoặc cho đến khi chúng mềm và cháy thành than.
d) Trong một cái bát, trộn cùng rau mùi tây cắt nhỏ, ngò, tỏi băm, giấm rượu vang đỏ, dầu ô liu, lá oregano khô và ớt đỏ để làm nước sốt chimichurri.
e) Rưới nước sốt chimichurri lên măng tây nướng và dùng ngay.

89. Chimichurri Rau mầm Brussels nướng

THÀNH PHẦN:
- 1 lb cải Brussels, cắt nhỏ và giảm một nửa
- 2 muỗng canh dầu ô liu
- Muối và hạt tiêu cho vừa ăn
- 1 chén mùi tây tươi, xắt nhỏ
- 1/4 chén ngò tươi, xắt nhỏ
- 3 tép tỏi, băm nhỏ
- 1/4 chén giấm rượu vang đỏ
- 1/2 chén dầu ô liu
- 1 thìa cà phê lá oregano khô
- 1/2 muỗng cà phê ớt đỏ (tùy chọn)

HƯỚNG DẪN:
a) Làm nóng lò nướng của bạn ở nhiệt độ 400°F (200°C).
b) Trong một tô lớn, trộn cải Brussels với dầu ô liu, muối và tiêu cho đến khi phủ đều.
c) Trải cải Brussels thành một lớp duy nhất trên khay nướng.
d) Nướng trong lò làm nóng trước trong 25-30 phút hoặc cho đến khi cải Brussels mềm và có màu nâu vàng, khuấy đều giữa chừng.
e) Trong một cái bát, trộn cùng rau mùi tây cắt nhỏ, ngò, tỏi băm, giấm rượu vang đỏ, dầu ô liu, lá oregano khô và ớt đỏ để làm nước sốt chimichurri.
f) Rưới nước sốt chimichurri lên cải Brussels đã rang và rắc lên trên.
g) Ăn nóng cải Brussels nướng chimichurri, trang trí thêm rau mùi tây cắt nhỏ nếu muốn.

90. Bánh cuốn chay Chimichurri

THÀNH PHẦN:

- 4 bánh bột mì lớn
- 2 chén quinoa hoặc cơm nấu chín
- 1 cốc cà chua bi, giảm một nửa
- 1/2 chén đậu đen, để ráo nước và rửa sạch
- 1/4 chén hạt ngô (tươi hoặc đông lạnh)
- 1/4 chén hành đỏ thái hạt lựu
- 1 chén mùi tây tươi, xắt nhỏ
- 1/4 chén ngò tươi, xắt nhỏ
- 3 tép tỏi, băm nhỏ
- 1/4 chén giấm rượu vang đỏ
- 1/2 chén dầu ô liu
- 1 thìa cà phê lá oregano khô
- 1/2 muỗng cà phê ớt đỏ (tùy chọn)
- Tùy chọn topping: bơ lát, xà lách cắt nhỏ, ớt chuông thái hạt lựu

HƯỚNG DẪN:

a) Trong một tô lớn, trộn quinoa hoặc cơm đã nấu chín, cà chua bi, đậu đen, hạt ngô và hành đỏ thái hạt lựu.

b) Trong một bát riêng, trộn cùng rau mùi tây cắt nhỏ, ngò, tỏi băm, giấm rượu vang đỏ, dầu ô liu, lá oregano khô và ớt đỏ để làm nước sốt chimichurri.

c) Đổ nước sốt chimichurri lên hỗn hợp quinoa và trộn đều.

d) Làm ấm bánh bột mì trong chảo khô hoặc lò vi sóng.

e) Múc hỗn hợp chimichurri quinoa lên từng chiếc bánh tortilla và thêm bất kỳ lớp phủ nào bạn muốn.

f) Cuộn bánh tortilla thật chặt để tạo thành lớp bọc.

g) Phục vụ món gói rau chimichurri ngay lập tức, cắt làm đôi nếu muốn.

91. Chimichurri Ngô nướng lõi ngô

THÀNH PHẦN:
- 4 tai ngô đã tách vỏ
- Muối và hạt tiêu cho vừa ăn
- 1 chén mùi tây tươi, xắt nhỏ
- 1/4 chén ngò tươi, xắt nhỏ
- 3 tép tỏi, băm nhỏ
- 1/4 chén giấm rượu vang đỏ
- 1/2 chén dầu ô liu
- 1 thìa cà phê lá oregano khô
- 1/2 muỗng cà phê ớt đỏ (tùy chọn)

HƯỚNG DẪN:
a) Làm nóng lò nướng của bạn ở nhiệt độ trung bình cao.
b) Nêm ngô với muối và hạt tiêu.
c) Trong một cái bát, trộn cùng rau mùi tây cắt nhỏ, ngò, tỏi băm, giấm rượu vang đỏ, dầu ô liu, lá oregano khô và ớt đỏ để làm nước sốt chimichurri.
d) Nướng ngô trong vòng 10-12 phút, thỉnh thoảng lật mặt cho đến khi ngô cháy thành từng đốm và chín đều.
e) Lấy ra khỏi vỉ nướng và để chúng nguội một chút.
f) Phết nước sốt chimichurri lên ngô nướng, chừa lại một ít để dùng.
g) Phục vụ ngô nướng chimichurri trên lõi ngô nóng, với thêm nước sốt chimichurri bên cạnh.

92. Chimichurri Ratatouille

THÀNH PHẦN:

- 1 quả cà tím, thái hạt lựu
- 2 quả bí xanh, thái hạt lựu
- 1 quả bí vàng, thái hạt lựu
- 1 quả ớt chuông đỏ, thái hạt lựu
- 1 quả ớt chuông vàng, thái hạt lựu
- 1 củ hành tây, thái hạt lựu
- 3 tép tỏi, băm nhỏ
- Muối và hạt tiêu cho vừa ăn
- 1 chén mùi tây tươi, xắt nhỏ
- 1/4 chén ngò tươi, xắt nhỏ
- 1/4 chén giấm rượu vang đỏ
- 1/2 chén dầu ô liu
- 1 thìa cà phê lá oregano khô
- 1/2 muỗng cà phê ớt đỏ (tùy chọn)

HƯỚNG DẪN:

a) Làm nóng lò nướng của bạn ở nhiệt độ 375°F (190°C).
b) Trong một đĩa nướng lớn, kết hợp cà tím thái hạt lựu, bí xanh, bí vàng, ớt chuông, hành tây và tỏi băm.
c) Nêm rau với muối và hạt tiêu.
d) Trong một cái bát, trộn cùng rau mùi tây cắt nhỏ, ngò, giấm rượu vang đỏ, dầu ô liu, lá oregano khô và ớt đỏ để làm nước sốt chimichurri.
e) Đổ nước sốt chimichurri lên rau và trộn đều.
f) Đậy đĩa nướng bằng giấy bạc và nướng trong lò làm nóng trước trong 45-50 phút, khuấy nửa chừng hoặc cho đến khi rau mềm.

g) Lấy ra khỏi lò và để nguội trong vài phút trước khi dùng.
h) Phục vụ chimichurri ratatouille ấm, trang trí thêm rau mùi tây cắt nhỏ nếu muốn.

Súp CHIMICHURRI

93. Súp gà Chimichurri

THÀNH PHẦN:
- 1 muỗng canh dầu ô liu
- 1 củ hành tây, thái hạt lựu
- 2 củ cà rốt, thái hạt lựu
- 2 cọng cần tây, thái hạt lựu
- 3 tép tỏi, băm nhỏ
- 6 chén nước luộc gà
- 2 chén thịt gà nấu chín, thái nhỏ hoặc thái hạt lựu
- Muối và hạt tiêu cho vừa ăn
- 1 chén mùi tây tươi, xắt nhỏ
- 1/4 chén ngò tươi, xắt nhỏ
- 3 tép tỏi, băm nhỏ
- 1/4 chén giấm rượu vang đỏ
- 1/2 chén dầu ô liu
- 1 thìa cà phê lá oregano khô
- 1/2 muỗng cà phê ớt đỏ (tùy chọn)

HƯỚNG DẪN:
a) Đun nóng dầu ô liu trong nồi lớn trên lửa vừa. Thêm hành tây, cà rốt và cần tây vào nấu cho đến khi mềm, khoảng 5 phút.
b) Thêm tỏi băm và nấu thêm một phút.
c) Đổ nước luộc gà vào và đun sôi súp.
d) Cho gà đã luộc vào nồi và đun nhỏ lửa trong vòng 10-15 phút để hương vị hòa quyện.
e) Nêm súp với muối và hạt tiêu cho vừa ăn.
f) Trong máy xay sinh tố hoặc máy chế biến thực phẩm, kết hợp rau mùi tây cắt nhỏ, ngò, tỏi băm, giấm rượu

vang đỏ, dầu ô liu, lá oregano khô và ớt đỏ. Trộn cho đến khi mịn để làm nước sốt chimichurri.
g) Múc súp vào bát và rưới một thìa nước sốt chimichurri lên mỗi phần ăn.
h) Dùng nóng súp gà chimichurri với bánh mì giòn bên cạnh.

94. Súp đậu đen Chimichurri

THÀNH PHẦN:
- 1 muỗng canh dầu ô liu
- 1 củ hành tây, thái hạt lựu
- 2 tép tỏi, băm nhỏ
- 2 lon (mỗi 15 ounce) đậu đen, để ráo nước và rửa sạch
- 4 chén nước luộc rau
- 1 thìa cà phê thì là xay
- 1/2 thìa cà phê ớt bột xông khói
- Muối và hạt tiêu cho vừa ăn
- 1 chén mùi tây tươi, xắt nhỏ
- 1/4 chén ngò tươi, xắt nhỏ
- 3 tép tỏi, băm nhỏ
- 1/4 chén giấm rượu vang đỏ
- 1/2 chén dầu ô liu
- 1 thìa cà phê lá oregano khô
- 1/2 muỗng cà phê ớt đỏ (tùy chọn)

HƯỚNG DẪN:
a) Đun nóng dầu ô liu trong nồi lớn trên lửa vừa. Thêm hành tây thái hạt lựu và nấu cho đến khi mềm, khoảng 5 phút.
b) Thêm tỏi băm vào nồi và nấu thêm một phút.
c) Thêm đậu đen, nước luộc rau, thì là xay và ớt bột xông khói vào nồi. Đun sôi súp.
d) Để súp sôi trong 15-20 phút để ngấm gia vị, thỉnh thoảng khuấy đều.
e) Nêm súp với muối và hạt tiêu cho vừa ăn.
f) Trong máy xay sinh tố hoặc máy chế biến thực phẩm, kết hợp rau mùi tây cắt nhỏ, ngò, tỏi băm, giấm rượu

vang đỏ, dầu ô liu, lá oregano khô và ớt đỏ. Trộn cho đến khi mịn để làm nước sốt chimichurri.

g) Múc súp đậu đen vào bát và rưới một thìa nước sốt chimichurri lên mỗi khẩu phần.

h) Dùng nóng súp đậu đen chimichurri, trang trí thêm ngò cắt nhỏ nếu muốn.

95. Súp đậu lăng Chimichurri

THÀNH PHẦN:

- 1 muỗng canh dầu ô liu
- 1 củ hành tây, thái hạt lựu
- 2 củ cà rốt, thái hạt lựu
- 2 cọng cần tây, thái hạt lựu
- 3 tép tỏi, băm nhỏ
- 1 chén đậu lăng xanh hoặc nâu khô, rửa sạch
- 6 chén nước luộc rau
- Muối và hạt tiêu cho vừa ăn
- 1 chén mùi tây tươi, xắt nhỏ
- 1/4 chén ngò tươi, xắt nhỏ
- 3 tép tỏi, băm nhỏ
- 1/4 chén giấm rượu vang đỏ
- 1/2 chén dầu ô liu
- 1 thìa cà phê lá oregano khô
- 1/2 muỗng cà phê ớt đỏ (tùy chọn)

HƯỚNG DẪN:

a) Đun nóng dầu ô liu trong nồi lớn trên lửa vừa. Thêm hành tây thái hạt lựu, cà rốt và cần tây vào nấu cho đến khi mềm, khoảng 5 phút.

b) Thêm tỏi băm vào nồi và nấu thêm một phút.

c) Thêm đậu lăng và nước luộc rau vào nồi. Đun sôi súp.

d) Để súp sôi trong 25-30 phút hoặc cho đến khi đậu lăng mềm, thỉnh thoảng khuấy đều.

e) Nêm súp với muối và hạt tiêu cho vừa ăn.

f) Trong máy xay sinh tố hoặc máy chế biến thực phẩm, kết hợp rau mùi tây cắt nhỏ, ngò, tỏi băm, giấm rượu

vang đỏ, dầu ô liu, lá oregano khô và ớt đỏ. Trộn cho đến khi mịn để làm nước sốt chimichurri.

g) Múc súp đậu lăng vào bát và rưới một thìa nước sốt chimichurri lên mỗi khẩu phần.

h) Dùng nóng súp đậu lăng chimichurri với bánh mì giòn bên cạnh.

96. Súp cà chua Chimichurri

THÀNH PHẦN:
- 1 muỗng canh dầu ô liu
- 1 củ hành tây, thái hạt lựu
- 2 tép tỏi, băm nhỏ
- 2 lon (15 ounce mỗi lon) cà chua thái hạt lựu
- 4 chén nước luộc rau
- 1 muỗng cà phê húng quế khô
- 1/2 thìa cà phê lá oregano khô
- Muối và hạt tiêu cho vừa ăn
- 1 chén mùi tây tươi, xắt nhỏ
- 1/4 chén ngò tươi, xắt nhỏ
- 3 tép tỏi, băm nhỏ
- 1/4 chén giấm rượu vang đỏ
- 1/2 chén dầu ô liu
- 1 thìa cà phê lá oregano khô
- 1/2 muỗng cà phê ớt đỏ (tùy chọn)

HƯỚNG DẪN:
a) Đun nóng dầu ô liu trong nồi lớn trên lửa vừa. Thêm hành tây thái hạt lựu và nấu cho đến khi mềm, khoảng 5 phút.

b) Thêm tỏi băm vào nồi và nấu thêm một phút.

c) Thêm cà chua thái hạt lựu, nước luộc rau, húng quế khô và lá oregano khô vào nồi. Đun sôi súp.

d) Để súp sôi trong 15-20 phút để ngấm gia vị, thỉnh thoảng khuấy đều.

e) Nêm súp với muối và hạt tiêu cho vừa ăn.

f) Trong máy xay sinh tố hoặc máy chế biến thực phẩm, kết hợp rau mùi tây cắt nhỏ, ngò, tỏi băm, giấm rượu

vang đỏ, dầu ô liu, lá oregano khô và ớt đỏ. Trộn cho đến khi mịn để làm nước sốt chimichurri.

g) Múc súp cà chua vào bát và rưới một thìa nước sốt chimichurri lên mỗi khẩu phần.

h) Dùng nóng súp cà chua chimichurri, trang trí thêm rau mùi tây cắt nhỏ nếu muốn.

97. Súp rau Chimichurri

THÀNH PHẦN:

- 1 muỗng canh dầu ô liu
- 1 củ hành tây, thái hạt lựu
- 2 củ cà rốt, thái hạt lựu
- 2 cọng cần tây, thái hạt lựu
- 2 tép tỏi, băm nhỏ
- 1 quả bí xanh, thái hạt lựu
- 1 quả bí vàng, thái hạt lựu
- 6 chén nước luộc rau
- Muối và hạt tiêu cho vừa ăn
- 1 chén mùi tây tươi, xắt nhỏ
- 1/4 chén ngò tươi, xắt nhỏ
- 3 tép tỏi, băm nhỏ
- 1/4 chén giấm rượu vang đỏ
- 1/2 chén dầu ô liu
- 1 thìa cà phê lá oregano khô
- 1/2 muỗng cà phê ớt đỏ (tùy chọn)

HƯỚNG DẪN:

a) Đun nóng dầu ô liu trong nồi lớn trên lửa vừa. Thêm hành tây thái hạt lựu, cà rốt và cần tây vào nấu cho đến khi mềm, khoảng 5 phút.

b) Thêm tỏi băm vào nồi và nấu thêm một phút.

c) Cho bí xanh thái hạt lựu và bí vàng vào nồi và nấu thêm 2-3 phút nữa.

d) Đổ nước luộc rau vào và đun sôi súp.

e) Để súp sôi trong 15-20 phút hoặc cho đến khi rau mềm, thỉnh thoảng khuấy đều.

f) Nêm súp với muối và hạt tiêu cho vừa ăn.

g) Trong máy xay sinh tố hoặc máy chế biến thực phẩm, kết hợp rau mùi tây cắt nhỏ, ngò, tỏi băm, giấm rượu vang đỏ, dầu ô liu, lá oregano khô và ớt đỏ. Trộn cho đến khi mịn để làm nước sốt chimichurri.

h) Múc súp rau vào bát và rưới một thìa nước sốt chimichurri lên mỗi phần ăn.

i) Dùng nóng súp rau chimichurri với bánh mì giòn bên cạnh.

98. Súp khoai tây Chimichurri

THÀNH PHẦN:
- 2 thìa bơ
- 1 củ hành tây, thái hạt lựu
- 2 tép tỏi, băm nhỏ
- 4 chén khoai tây thái hạt lựu
- 4 chén nước luộc rau
- Muối và hạt tiêu cho vừa ăn
- 1 chén mùi tây tươi, xắt nhỏ
- 1/4 chén ngò tươi, xắt nhỏ
- 3 tép tỏi, băm nhỏ
- 1/4 chén giấm rượu vang đỏ
- 1/2 chén dầu ô liu
- 1 thìa cà phê lá oregano khô
- 1/2 muỗng cà phê ớt đỏ (tùy chọn)

HƯỚNG DẪN:
a) Trong một nồi lớn, làm tan bơ trên lửa vừa. Thêm hành tây thái hạt lựu và nấu cho đến khi mềm, khoảng 5 phút.
b) Thêm tỏi băm vào nồi và nấu thêm một phút.
c) Thêm khoai tây thái hạt lựu và nước luộc rau vào nồi. Đun sôi súp.
d) Để súp sôi trong 15-20 phút hoặc cho đến khi khoai tây mềm, thỉnh thoảng khuấy đều.
e) Nêm súp với muối và hạt tiêu cho vừa ăn.
f) Trong máy xay sinh tố hoặc máy chế biến thực phẩm, kết hợp rau mùi tây cắt nhỏ, ngò, tỏi băm, giấm rượu vang đỏ, dầu ô liu, lá oregano khô và ớt đỏ. Trộn cho đến khi mịn để làm nước sốt chimichurri.

g) Múc súp khoai tây vào bát và rưới một thìa nước sốt chimichurri lên mỗi khẩu phần.

h) Dùng nóng súp khoai tây chimichurri, trang trí thêm rau mùi tây cắt nhỏ nếu muốn.

99. Súp ngô Chimichurri

THÀNH PHẦN:

- 2 thìa bơ
- 1 củ hành tây, thái hạt lựu
- 2 tép tỏi, băm nhỏ
- 4 chén hạt ngô tươi hoặc đông lạnh
- 4 chén nước luộc rau
- Muối và hạt tiêu cho vừa ăn
- 1 chén mùi tây tươi, xắt nhỏ
- 1/4 chén ngò tươi, xắt nhỏ
- 3 tép tỏi, băm nhỏ
- 1/4 chén giấm rượu vang đỏ
- 1/2 chén dầu ô liu
- 1 thìa cà phê lá oregano khô
- 1/2 muỗng cà phê ớt đỏ (tùy chọn)

HƯỚNG DẪN:

a) Trong một nồi lớn, làm tan bơ trên lửa vừa. Thêm hành tây thái hạt lựu và nấu cho đến khi mềm, khoảng 5 phút.

b) Thêm tỏi băm vào nồi và nấu thêm một phút.

c) Thêm hạt ngô và nước luộc rau vào nồi. Đun sôi súp.

d) Để súp sôi trong 15-20 phút, thỉnh thoảng khuấy.

e) Nêm súp với muối và hạt tiêu cho vừa ăn.

f) Trong máy xay sinh tố hoặc máy chế biến thực phẩm, kết hợp rau mùi tây cắt nhỏ, ngò, tỏi băm, giấm rượu vang đỏ, dầu ô liu, lá oregano khô và ớt đỏ. Trộn cho đến khi mịn để làm nước sốt chimichurri.

g) Múc súp ngô vào bát và rưới một thìa nước sốt chimichurri lên mỗi khẩu phần.

h) Dùng nóng món súp ngô chimichurri nóng, trang trí thêm ngò xắt nhỏ nếu muốn.

100. Súp bí đỏ Chimichurri

THÀNH PHẦN:
- 2 muỗng canh dầu ô liu
- 1 củ hành tây, thái hạt lựu
- 2 tép tỏi, băm nhỏ
- 4 cốc bí đỏ thái hạt lựu
- 4 chén nước luộc rau
- Muối và hạt tiêu cho vừa ăn
- 1 chén mùi tây tươi, xắt nhỏ
- 1/4 chén ngò tươi, xắt nhỏ
- 3 tép tỏi, băm nhỏ
- 1/4 chén giấm rượu vang đỏ
- 1/2 chén dầu ô liu
- 1 thìa cà phê lá oregano khô
- 1/2 muỗng cà phê ớt đỏ (tùy chọn)

HƯỚNG DẪN:
a) Trong một nồi lớn, đun nóng dầu ô liu trên lửa vừa. Thêm hành tây thái hạt lựu và nấu cho đến khi mềm, khoảng 5 phút.
b) Thêm tỏi băm vào nồi và nấu thêm một phút.
c) Thêm bí đỏ thái hạt lựu và nước luộc rau vào nồi. Đun sôi súp.
d) Để súp sôi trong 20-25 phút hoặc cho đến khi bí mềm, thỉnh thoảng khuấy.
e) Nêm súp với muối và hạt tiêu cho vừa ăn.
f) Trong máy xay sinh tố hoặc máy chế biến thực phẩm, kết hợp rau mùi tây cắt nhỏ, ngò, tỏi băm, giấm rượu vang đỏ, dầu ô liu, lá oregano khô và ớt đỏ. Trộn cho đến khi mịn để làm nước sốt chimichurri.

g) Múc súp bí đỏ vào bát và rưới một thìa nước sốt chimichurri lên mỗi khẩu phần.

h) Dùng nóng súp bí đỏ chimichurri, trang trí thêm rau mùi tây cắt nhỏ nếu muốn.

PHẦN KẾT LUẬN

Khi bạn đọc đến phần cuối của "Sách dạy nấu ăn Chimichurri đỉnh cao", chúng tôi hy vọng bạn đã được truyền cảm hứng để tận dụng tính linh hoạt và sự sống động của chimichurri trong cuộc phiêu lưu ẩm thực của mình. Từ bít tết nướng cổ điển đến các món chay sáng tạo, chimichurri đã được chứng minh là một món bổ sung linh hoạt và đầy hương vị cho bất kỳ bữa ăn nào.

Nhưng cuộc hành trình của chúng tôi không kết thúc ở đây. Khi bạn tiếp tục khám phá thế giới chimichurri trong căn bếp của riêng mình, chúng tôi khuyến khích bạn thử nghiệm, đổi mới và biến mỗi công thức thành của riêng bạn. Cho dù bạn đang điều chỉnh tỷ lệ thảo mộc, khám phá sự kết hợp hương vị mới hay khám phá những sự kết hợp bất ngờ, hãy để sự sáng tạo dẫn dắt bạn khi bạn khai thác toàn bộ tiềm năng của chimichurri.

Cảm ơn bạn đã tham gia cùng chúng tôi trong cuộc hành trình đầy hương vị xuyên qua thế giới chimichurri. Chúc những sáng tạo ẩm thực của bạn tràn ngập hương vị sống động, các loại thảo mộc thơm và hương vị thơm ngon không thể nhầm lẫn của nước sốt chimichurri. Cho đến khi chúng ta gặp lại nhau, nấu ăn vui vẻ và buen provencho!

www.ingramcontent.com/pod-product-compliance
Lightning Source LLC
Chambersburg PA
CBHW070658120526
44590CB00013BA/1006